பதினெட்டாம் பெருக்கு

(சிறுகதைகள்)

ந. பிச்சமூர்த்தி

Title: Pathinettam Perukku

Author: N. Pichamurthy

Language: Tamil

First Published on: 1944

Year of Publication: 2025

Book Format: Paperback

*Page Size: 6inch * 9inch*

Category: Fiction

Subject: Short Stories

No. of pages: 156

ISBN: 978-81-685112-2-4

Published by: Nilan Publishers, Madurai, Tamilnadu, India

பொருளடக்கம்

குறிப்புகளுக்காக

ஸ்ரீ வ.ரா.வுக்கு

ந. பிச்சமூர்த்தி கும்பகோணத்தில் 15-8-1900ல் பிறந்தார். அங்கேயே வளர்ந்து படித்து அரசாங்க கல்லூரியில் பி.ஏ.தேறி சென்னையில் வக்கீலுக்கு படித்து 1925 முதல் 1938 வரை கும்பகோணத்திலேயே வக்கீல் தொழில் நடத்தினார். பிச்சமூர்த்தியும் கு.ப. ராஜகோபாலனும் 'இரட்டையர்கள்' என்று சொல் லும் அளவுக்கு தோழர்கள். 1933ல் கலைமகள் சிறுகதைப் போட்டியில் பரிசு பெற்ற 'முள்ளும் ரோஜாவும்' கதை மூலம் தெரியவந்த ந.பி., 'மணிக்கொடி' யில் சிறுகதைகளும் கவிதைகளும் நாடகங்களும் கட்டுரைகளும் எழுதிவந்தார். 1938ல் வக்கீல் தொழிலை விட்டு 'ஹனுமான்'ல் சிறிது காலம் உதவி ஆசிரியப் பணிக்குப் பின் 1939 முதல் 1956 வரை அறநிலைய போர்டின் கீழ் நிர்வாக அதிகாரியாக சில பிரபல தமிழக கோவில்களில் பணிபுரிந்து பதவி நீங்கி இப்போது சென்னையில் 'நவ இந்தியா'வில் உதவி ஆசிரியராக இருந்து வருகிறார். நான்கு பெண்கள் அவருக்கு எளிய அமைதியான அடக்கமான வாழ்வு நடத்தி வருகிறார்.

முன்னுரை

பதினெட்டாம் பெருக்கு ந. பிச்சமூர்த்தியின் முதல் சிறுகதை தொகுதி. இருபது ஆண்டுகளுக்கு முன் வெளியானது. முதல்பதிப்பு குறைந்த பிரதிகளே அச்சிடப்பட்ட புத்தகம், எவ்வளவோ இலக்கிய வாசகர்கள் கண்ணில் பட்டதே இல்லை. இருபது ஆண்டுகள் கழித்து இரண்டாவது பதிப்பு வெளிவருகிறது.

தமிழ் சிறுகதைத் துறையில் விரல்விட்டு எண்ணக் கூடிய சிறந்த கதைக்காரர்களில் ந. பிச்சமூர்த்தி ஒருவர் என்பதை 'பதினெட்டாம் பெருக்கு' தொகுப்பு நிரூபிக்கும். நானாவித அனுபவங்களை கலைநயத்துடன் வெளியிடும் ஒரு முதிர்ந்த கலைஞன் உணர்வை, பார்வையை, வெளியீட்டு சக்தியை இவைகளில் காணலாம்.

இந்த கதைகள் சுதேசமித்திரன், மணிக்கொடி, கலைமகள் முதலிய பத்திரிகைகளில் வெளியானவை.

சி. சு. செல்லப்பா

பதினெட்டாம் பெருக்கு

இக்கரையில் படிக்கட்டுகளே தெரியவில்லை. அக்கரையில் நாணல்களின் வளைந்த நுனிகளெல்லாம் ஆற்று நீரில் விழுந்து விழுந்து எழுந்துகொண்டிருந்தன. கரை புரண்டு போகும் பெருக்கில் நொங்கும் நுரையும், சீமைப் பிலா இலைகளும், காய்ந்த மலர்மாலைகளும் மிதந்து சென்றன. காவிரியின் பதினெட்டாம்பெருக்கு.

தமிழ் மக்கள் கவியுள்ளம் படைத்தவர்கள் என்பதில் சந்தேகமில்லை. இல்லாவிட்டால் காவிரியை சூல் கொண்ட பெண்ணென்று யாருக்குச் சொல்லத் தெரியும்? காவிரிப் பெருக்கு மோட்டிலும் முடைசலிலும், படுகையிலும் பண்ணையிலும் பாய்ந்து மண்ணைக் கனகமாக்கி மகிழ்ச்சி விளைவிக்கவில்லையா? ஆற்றுப்பெருக் கின் அசைவு சூல்கொண்ட பெண்ணைப் போல் இல்லையா?

தெருக் கோடிவீட்டு மாடியிலிருந்து வடக்கே பார்த்தால் இந்த ஆனந்த மயமான காட்சி தென்படும். கிழக்கே பார்த்தால் ஆற்றங்கரைக்கு வந்துசேரும் ரஸ்தா, பாம்பின் நாக்கைப் போல நீண்டு தென்புறத்தில் மறைவது தெரியும். ஆற்றுப்பெருக்கைப் போலவே இத்தெரு எப்பொழுதும் நிறைந்திருக்கும். விசேஷ நாளென்றால் சாயும் கூட்டத்தைப் பற்றி சொல்ல வேண்டியதில்லை.

அன்று பதினெட்டாம்பெருக்கு. தெருவில் ஒரே கூட்டம். காதோலை கருகமணி விற்பவர்களும், போவோர் வருவோர் முகத்தில் பூ வேண்டுமா என்று இடிக்கும் பெண்களும், கரிகாய்க் கடைக்குப் போவோரும் வருவோரும் தெருவில் நிறைந்திருந்தனர்.

தனிமை என்பதை எல்லோரும் பிரமாதப்படுத்துகிறார்கள். ஆனால் தனிமையை ரசிக்க எல்லோராலும் முடியாது. தனிமையில் வசிக்க ஒரு சிலரால் கூட முடி யாது. சொல்லப்போனால், சாதாரண மனிதனுக்கு தனிமை அபாயகரமானது - உடல், உள்ளம் எல்லாவற்றிற்கும். கடிவாளமும் வண்டியோட்டியும் இல்லாத குதிரை 'டாக்கார்டை' இழுத்துப்போவதென்றால் எப்படி இருக்கும் ? நாலுபேர் நடுவிலிருந்தால் தான் சாதாரண மனிதன் நேரும் கூருமாய் இருப்பான். தனிமையில் மனது சலிப்பதைக் கவனித்திருக்கிறீர்களா ? ஒரு நொடி பச்சைக்குதிரை தாண்டி அண்ட சராசரங்களுக்கு அப்பால் போய் நிற்கும். மறு நொடியில், பாய்ச்சிய நங்கூரம் போல் மனக்கடலின் அடிமட்டத்தில் போய் நிலைகொள்ளும். ஒருதரம் தன்னலமற்ற தூயவெளியில் நடைபோட்டுப் பழகும். மறுதரம், விலங்கினப் போக்கிலே, வாலை கொண்டை மீது போட்டு நாலுகால் பாய்ச்சலில் போகும் காளை போல் கட்டற்று ஓடும். பிராண சக்தி நிலைகொள்ளாது பாதரசம் போல் சிதறித் தொல்லை கொடுக்கும். தனிமையைக் கையாளத் தெரிந்தவன் யோகி, ஞானி.

அவன் யோகியுமல்ல ; ஞானியுமல்ல. ரொம்ப சாதாரண மனிதன். வேதாந்திகள் சொல்வதுபோல் அஞ்ஞான ஜந்து. ஆண்களுக்குள்ள அவ்வளவு குற்றம் குறைகளும் நிறைந்தவன்.

பதினெட்டாம்பெருக்கன்று அவனுக்கு விடுமுறை. வீட்டில் யாருமே இல்லை. அவன் மனைவி தாயார் வீட்டுக்குப் போய் இரண்டு மூன்று மாதமாகியிருந்தது. காலையில், கிளப்பில் காபி சாப்பிட்டுவிட்டு தெருத் திண்ணையில் வந்து உட்கார்ந்தான். நேரம் வெண்ணாந்தையைப் போல் நகர்ந்தது. கடகடவென்று ஓரிரு பையன்கள் சப்பரத்தை இழுத்துச் செல்லும் ஓசை அவனுக்கு வேதனை தந்தது. அங்கிருந்து கிளம்பி வாசல் கதவைத் தாளிட்டுக் கொண்டு மாடிக்குப் போய் உலாவினான்.

ஒருபுறம் காவிரிப்பெருக்கு. பெருக்கோடு அவன் மனமும் சென்றது.

'கடைசியில் கடலில் போய்க் கலந்தாகவேண்டும். ஏனோ ? ஒன்று மற்றொன்றில் கலப்பதுதான் விதியா? அல்லது அதுதான் இன்பத்தின் ரகசியமா? இருக்கலாம்... காவிரி கடலை மணக்கப் போகிறாள்.

அதனால் தான் அவ்வளவு ஒய்யாரமாய் நுரை மலர்களையும், கரையோர நாணல்களும் மரங்களும் தரும் வண்ண மலர்களையும் தாங்கிச் செல்கிறாள் . ஆனால் கடலில் கலக்கும் நாள் என்றோ? என்று நினைத்தான்.

மற்றொருபுறம் ஜனப்பெருக்கு. ஆறு கடலோடு கலக்க தன்னையுமறியாமல் விரைந்தோடுகிறது. ஜனப் பெருக்கு கண்கண்ட தேவியான காவிரியை வணங்கி வந்தனம் செலுத்த அறிந்தே ஓடுகிறது. ஆனால் அவனிடம் மட்டும் ஜனப்பெருக்கைப் பற்றி வேறு எதேதோ சிந்தனைகள் எழுந்து கொண்டிருந்தன.

'வேண்டுமானால் கூட்டத்தில் கலந்துகொண்டு நசுக்கப்படலாமே யொழிய கூட்டத்தை ரசிக்க முடியுமா? ஒன்றையுமே கண் குளிரப் பார்க்க முடிவதில்லை. சமுத்திரம் போன்ற கூட்டத்தில் தனி முகங்களே கவனத்தை வசீகரிப்பதில்லை. வெகு அழகிகள் கூட கூட்டத்தில் தனிச் சிறப்பை இழந்து சாம்பலில் கிடக்கும் நெருப்புப் போல் மங்கிவிடுகிறார்கள் ஆமாம், தனிமை செத்து அகண்டம் தோன்றுமிடமல்லவா ஒரு கூட்டம் ? மனைவி இருந்தால் இந்த மந்தையில் அவளும் ஒன்றாயிருப்பாள்.'

இப்படி காவிரிப் பெருக்கும் ஜனப்பெருக்குமாகச் சேர்ந்து அவனைத் தாக்கவே ஏக்கமும் தனிமையும் உள்ளத்தில் ஆடின. சோர்வு மிகுந்து, செயலற்று, சவுக்கத்தை விரித்துப் படுத்துக் கொண்டான். நீலநிற ஆகாயத்தில், வழி தவறிய கொக்கைப் போல் தனிமையாய் ஒரு மேகம் சென்று கொண்டிருந்தது. 'அட, உனக்கும் இந்தக் கதிதானா ?'

ஒருக்களித்துப் படுத்துக் கொண்டான். கண்ணுக்கெதிரே சுவர். சுவரில் பல இடங்களில் சுண்ணாம்பு சரிவர அடிக்கப்படாத காரணத்தால் விசித்திரமான மிருகங்கள்போலும், மரங்கள் போலும் அலைபோலும் தென்பட்டது.

சிறிது நேரம் இப்படியே அதில் நெஞ்சு ஈடுபடக் கழிந்தது. ஒரு அணில் திடுதிடுவென்று எங்கிருந்தோ ஓடிவந்து சுவரோரமாய்ப் பதுங்கி நின்றது. அதன் கண்களில் திருட்டுத்தனமும் இன்பவெறியும் கலந்திருந்தன. அதே சமயத்தில் ஓட்டின் மேலிருந்து ஒரு அணில் கத்திக்கொண்டிருந்தது ; அதனுடைய குரலில் எதையோ பறிகொடுத்த உணர்ச்சி தளும்பிற்று. எழுந்திருந்து கூரையைப் பார்த்தான். ஒரு அணில் வாலை உயர்த்தி திசைக்கொரு முறை திரும்பித் திரும்பி உட்கார்ந்து கத்திக்கொண்டிருந்தது. திடீரென்று கத்துவதை நிறுத்திவிட்டு மின்னல் போல் பாய்ந்து சுவரண்டை வந்தது. பதுங்கியிருந்த அணிலைக் கண்டதும் விரட்டிற்று. பிறகு அது ஓட இது ஓட முடிவில் ஒன்றை மற்றொன்று முன்னங்கைகளால் பற்றிக் கொண்டது. காதலின் லீலை ! திருட்டுக் கண்கள் இன்பத்தில் மூடின -ஒரு இமைப் பொழுது !

அதற்குள் சுவரின் அடிப்புறத்து சாரத்துளை வழியாக வேறு அணில் ஒன்று மெள்ள வந்து எட்டிப் பார்த்தது. காதல் நாடகம் கண்ணில் பட்டதுதான் தாமதம். ஒரே மின்வெட்டு! ஆண் அணில் மீது இது விழுந்து ஒரு நொடி இரண்டுமாய்க் கட்டிப் புரண்டன. பெண் அணில் ஒதுப்புறமாய் நின்று வெற்றி யாருக்கு என்று கேட்பது போல் முன் காலைத் தூக்கி நின்றது. அடுத்த நொடிக்குள் புதிதாய் வந்த அணில் ஓடி விட்டது. ஆனால் அங்கிருந்த ஆண் அணிலின் உடலினின்று ஐந்து ஆறு சொட்டு ரத்தம் மட்டும் தரையில் விழுந்தது. இருந்தாலும் ஆண் அணில் இதையெல்லாம் பொருட்படுத்தவில்லை. பெண் அணிலிடம் வெகு சொகுசாய் நகர்ந்து சென்றது. அவனுடைய விருத்திகள் எங்கோ சென்று திளைக்கத் தொடங்கின.

'அம்மா!.. அம்மா!' என்று தெருக் கதவைத் தட் டும் சத்தம் வந்து மோதிற்று.

மாடி கைப்பிடிச்சுவரண்டை வந்து நின்று 'யார் அங்கே?' என்றான்.

' நான்தான். ' யௌவனத்தின் தேன் ததும்பும் குரல்.

'நான் தானென்றால்?'

வாசலை விட்டிறங்கி மாடியைப் பார்த்துக் கொண்டு ஒருத்தி நின்றாள். அவனுக்கு ஒன்றும் புரியவில்லை. கீழே இறங்கி வந்து கதவைத் திறந்தான்.

ஓர் இளம் பெண். மா நிறம். அராபிக் குதிரை போன்ற மேனியும் மினுக்கும், வளர்ச்சியும். பார்வைக்கு ராணி போன்ற அழகும், கம்பீரமும் பெற்றிருந்தும், அவளுடைய ஆடை ஏழ்மையைப் பறையடித்தது.

அவளை ஊன்றிப் பார்த்தான். எப்பொழுதோ பார்த்த முகம்; ஆனால் எங்கே என்று மட்டும் விளங்கவில்லை.

'நீ யார்?'

தெரியவில்லையா ?... போன. 'வருஷம் மார்கழி மாதம் இங்கே பறங்கிப் பூ போடவில்லை ? அம்மா எங்கே?'

அவனுக்கு ஞாபகம் வந்துவிட்டது. அப்பொழுது சிறியவளாய் இருந்தாள். இப்பொழுது நல்ல யௌவனம்; முற்றிலும் மாறிப் போய் விட்டாள். பின்னொரு தரம் அவளைப் பார்த்தான். ஆம்! அவளே ! யௌவனத்தின் லாகிரிப் பெருக்கு அவன் உள்ளத்தின் வேரை அறுத்துச் சென்றது.

'அம்மா இல்லையா?'

என்ன குழப்பமிருந்தாலும் கேள்விக்குப் பதில் சொல்ல வேண்டாமா?

" இல்லை,ஊருக்குப் போயிருக்கிறாள்."

'ஏன்?'

'முழுகவில்லை...ஆமாம், நீ எங்கே வந்தாய்?'

'சும்மாத்தான்.'

'சும்மா இருக்குமா?'

'இல்லை, பதினெட்டாம் பெருக்கு, அம்மாவிடம் அரிசி வாங்கலாம் என்று வந்தேன்...ஆனால் அம்மா இல்லையா?'

'இல்லாத போனால் என்ன மோசம்?'

அந்த வார்த்தைகளைக் கேட்டு அவள் நெகிழ்ச்சியடைந்து போனாள். தலையெடுத்து அவன் முகத்தைப் பார்த்தாள். அவனும் பார்த்தான். ஒரு கண்ணிமைப் பொழுது திகைப்பற்ற மௌனம். பின்னர் அவன் வீட் டிற்குள் சென்று ஒரு படி அரிசியும் நான்கணா காசும் கொண்டுவந்து கொடுத்தான். அதை முந்தாணியில் வாங்கிக் கொண்டு ஒரு வினாடி பேச்சில்லாமல் தரையை நோக்கி நின்றாள். அவன் கூடத்துச் சுவரை பொருளில்லாமல் வெறித்துப் பார்த்தான். ஒரு பெரிய எட்டுக்கால் பூச்சி அசையாமல் நின்று கொண்டிருந்தது. கொஞ்ச தூரத்திற்கப்பால் இதையே பார்த்துக் கொண்டு வேறொரு சின்ன எட்டுக்கால் பூச்சி நின்றுகொண்டிருந்தது.

'நான் வரட்டுமா?' என்றாள்.

பேச்சு அவன் காதில் சரியாய்த்தான் விழ வில்லையோ, அல்லது பதில் அவனையு மறியாமல் வந்து விட்டதோ என்னவோ ! 'எப்பொழுது?' என்றுவிட்டான்.

'ஐந்து நாழிகைக்கு' என்று சொல்லி வீட்டைவிட்டு வெளியே வந்து கூட்டத்தோடு கூட்டமாகி விட்டாள்.

அவள் போன அடியோடு இவனுக்கொரு பயங்கரமான வியப்பு ஏற்பட்டது.

இச்சையின் காட்டில் அலையும் வேங்கையைக் கண் டான். சேற்றில் புதைந்து இன்புறும் மீனைக் கண்டான். 'தூ' என்று இச்சம்பவத்தையே ஒதுக்கி நேராகிவிடுவே னென்று திடசங்கற்பம் செய்துகொண்டு திண்ணையில் உட்கார்ந்தான்.

பெண்கள் குளித்துவிட்டு கூட்டம் கூட்டமாக வந்து கொண்டிருந்தனர். அவர்களுடைய ஈரத்துணிகள் உடம்பில் ஒட்டிக் கொண்டு, நடக்கும் பொழுது ஒருவித ஓசையை உண்டாக்கிற்று. மருதாணியிட்ட அவர்களுடைய கைகளும் கால்களும் பளிச்சென்று தென்பட்டன. பலர் முகத்தில் மஞ்சளும் கழுத்தில் சந்தனமும் பூசியிருந்தது. மைனாக் குருவிகள் போல் கலகலவென்று பயமற்ற குரலில் பேசிச் சிரித்துச் சென்றனர்.

இக்காட்சிகளையெல்லாம் அவன் அறிவு வெகு கவனத்துடன் படம் பிடித்துக்கொண்டிருந்தது. அவளைப் பற்றிய எண்ணமே வரப்படாதென்ற கவலையில். ஆனால் அக்காட்சிகள் யாதொரு இன்பத்தையும் தரவில்லை ; பெரிய தோப்பினிடை தென்றல் போய் ஒடுங்குவதைப் போல் கிளர்ச்சியற்று மாய்ந்தன. புஷ்பத் தோட்டத்தை விட்டு பூக்கடைக்குப் போகும் ரோஜாவை மொய்த்துச் செல்லும் தேனீயைப் போல ஒருமுகப்பட்ட அவன் நெஞ்சு அவளையே பற்றி நின்றது. அவன் அறிவு எவ்வளவு ஏற்க மறுத்த போதிலும் கூட அவளுடைய ஞாபகத்தில் ஒரு இன்பம் இருக்கத்தான் செய்தது.

நடுப்பகல் வரையில் இந்த இன்பக் கிளர்ச்சி ஓயவில்லை. துன்பத்தை விட இதைப் போன்ற இன்ப வாதனைகளைத் தாங்க முடியாது. அதிலும் அவன் அறிவு வேறு குறுக்கிட்டு ஆக்ஷேபித்து நிலைமையை மோசமாக்கிக் கொண்டே

வந்தால் கேட்பானேன்? நல்ல வேளையாக நடுப்பகலுக்கு அப்புறம் மனதிற்குக் கொஞ்சம் ஓய்வு கிடைத்தது- சீட்டுக்கச்சேரியின் புண்யத்தால். அவன் சீட்டாட்டத்தில் தலை தெரியாமல் ஈடுபட்டான். இருந்தாலும் அவன் ஆட்டம் சரியாகவே இல்லை. காணாத் துருப்பாட்டத்தில் ஐந்தாறு தடவைக்கு மேல்பட்டே முக்கியமான சமயங்களில் துருப்பைக் கேட்க மறந்து போகவே அவனுடைய ஆட்டம் நண்பர்களுக்கு வியப்பைத் தந்தது.

மாலையாகி விட்டது. குளத்தினின்று குளித்து எழும் அழகியைப் போன்ற ஓர் உருவம் அவன் உள்ளத்தில் எழுந்தது. சீட்டாட்டத்தில் நிலை கொள்ளவில்லை. அவள் வருவாளா என்ற கவலை குடைந்தது.

சீட்டாட்டத்தைக் கலைத்துவிட்டு காவிரிக்குச் சென்றான். இரவு கூடியிருந்தது. துறையெங்கும் சாதமும் இலைகளும் இறைந்து கிடந்தன. இருளில் கத்தியின் மின்னல்போல் ஆற்றின் நீர் பாய்ந்துகொண்டிருந்தது. இரு புறத்து கரையோரத்திலும் மரங்களிடையில் மின் மினிகள் மூழ்கி எழுந்தன. நக்ஷத்திரங்கள் பதிந்த வானம் முஸ்லிம் ராணியின் ஜரிகை உடையைப்போல் மின்னிற்று.

ஆமாம். காவிரி கூட காதலைத் தேடித்தான் இருளில் செல்லுகிறாள். கடலைப்போய் அடைவாளோ அல்லது வழியிலேயே சோர்ந்துபோவாளோ...

இப்படியே ஓர் அடுக்கு எண்ணங்கள் தோன்றி இன்பக் கிளர்ச்சியை உண்டுபண்ணவே, இயற்கையின் தூண்டுதலுக்கு உட்படுவதில் பிசகில்லை என்ற தீர்மானத்தின் மீது அங்கிருந்து கிளம்பி சாப்பாடு முதலியவைகளை முடித்துக் கொண்டு வீடு வந்து சேர்ந்தான். வாசல் கதவைத் தாளிட்டுக் கொண்டு முற்றத்தின் ஓரத்தில் மெத்தையை விரித்துப் படுத்தான். இன்பக் கனவுகள் குவிந்தன. இரண்டொரு நிமிஷத்திற்கு மேலாயிற்று.

'டக்' கென்று வாசலில் சத்தம் கேட்டது.

'அவள்' வந்துவிட்டாள் போலிருக்கிறதென்ற குதூகலத்துடன் கதவைத் திறந்து பார்த்தான். யாரும் இல்லை.அவன் ஆவலே ஒலியுருவாகி அவனை ஏமாற்றி விட்டது.

திரும்ப தாளிட்டுக்கொண்டு வந்து படுத்தான். மறுபடி தெளிவான சத்தம் எழுந்தது. ரேழிக்கு வந்த பொழுதே விஷயம் விளங்கிவிட்டது ; கதவின் தாழ் சரியாகப் பதியாமலிருந்து இப்பால் பதிந்த பொழுது பிறந்த ஓசை அது. இருந்தாலும் கதவைத் திறந்து பார்க்காமலிருக்க முடியவில்லை.

படுக்கையில் ரொம்ப சஞ்சலத்துடன் வந்து படுத்தான்.

'ஒரு ஆசை எவ்வளவு பித்தாக்கிவிட்டது ! காட்டாற்று வெள்ளம் போல் எப்படி என்னைப் புரட்டி சேற்றிலும் முள்ளிலும் இழுத்துப் போய் விட்டது! நான் விலங்கா? இனி செய்வதென்ன ? அவள் அரை மணியில் வந்துவிடக்கூடும்... தனியே அவளைச் சந்திக்கும் நிலைமை ஏற்பட்டு விட்டால், பிறகு என்னாகுமோ யார் கண்டது?' என்று யோசித்துக் கொண்டே வீட்டைப் பூட்டி விட்டு வெளியே கிளம்பினான்.

முதலடி எடுத்துவைத்த நிமிஷத்தில் ஒரு பெண் குரல் 'ஐயா' என்றது. அந்த வார்த்தையைக் கேட்டு நடுங்கிப் போனான். 'நேர் நெறியைக் கடைப் பிடிப்பதென்றால் அதற்குக்கூட விதி இடம் தராது போலிருக்கிறது. வந்தது வரட்டும். இங்கேயே இருந்து இன்பத்தை நுகர்ந்தே தீர்த்துவிடுகிறேன் என்று எண்ணமிட்டுக் கொண்டு குரல் வந்த திசையை நோக்கினான். எங்கோ மூன்றாவது வீட்டில் அந்தக் குரல்! தன்னை அழைக்கவில்லை ! 'அட சை ! இவ்வளவா மனசு பயந்து கிடக்கிறது?' என்று முணுமுணுத்துக் கொண்டே ரயிலடியை நோக்கிப் புறப்பட்டான். ரஸ்தாவில் மரங்களின் நிழல் அசையும் பொழுதும் பத்துப் பன்னிரண்டு அடிக் கொருதரமும் அவள் பின்னால் திடீரென்று முளைத்து விட்டதுபோன்ற பிரமை உண்டாகும். பிரமை என்று தெரிந்தாலும் திரும்பிப் பார்க்காமல் இருக்க முடிவதில்லை.

இப்படியே ஐயனார் கோவிலண்டை வந்தான். அங்கு ஐயனார் வாகனங்கள்-கல் யானையும், மண் குதிரையும்-இரவில் ரோந்து சுற்றுவதற்குத் தயாராக எப்பொழுதுமே நின்று கொண்டிருக்கின்றன. வழக்கமாக கோவிலுக்கும் இந்தக் கல் யானை முதலியவைகளுக்கும் இடையேதான் இவன் செல்வது வழக்கம். அன்று யானை, குதிரையின் பின்பக்கமாகச் சென்றான். ஏனென்றால் பின்புறமாக யானை, குதிரைகளின் நிழல் நீண்டு தெருவை ஓரளவு இருட்டாக்கி யிருந்தது. இருளில் செல்வதிலும் தெரிந்தவர்களைப் பார்க்காதது போல் செல்வதிலும் அவனுக்கு ஏனோ நாட்டம் சென்றது. அதன் பயனாக அவனுக்குக் கொஞ்சம் வேதனை குறையத்தான் செய்தது. அந்த இருளின் பகுதியில் போய்க்கொண் டிருந்த பொழுது 'சாமி' என்றது ஒரு தேன் குரல்.

அவள் குரல்! அவன் கலங்கிப் போனான். உடலெல்லாம் ஒருதரம் சிலிர்த்தது. மார்கழி மாதத்து நிலவின் பகைப் புலத்தில், காற்றிலசையும் சவுக்கைத் தோப்பினின்று எழும் ஓசை விவரிக்க முடியாத கிளர்ச்சியை உண்டாக்குகிறதல்லவா? அவ்வளவு கிளர்ச்சி அவனுக்கு உண்டாயிற்று. திடீரென்று ரயிலடிக்குப் போகும் யோசனையைக் கைவிட்டு வீடு திரும்பினான்.

வீட்டு வாசலண்டை வந்த பொழுது இன்னது செய்வதென்று தெரியவில்லை. நாலுகால் பாய்ச்சலில் போகும் விருத்தியைத் தடுத்து பெறப்படும் வெற்றியின் தொல்லையைவிட தடுக்காமல் கிடைக்கும் இன்பமே மேலல்லவா என்ற தத்வப்போர் ஒன்று அவனுள்ளத்தில் ஒலித்து நின்றது. அவன் வீட்டுக் கதவைத் திறக்காமல் சிந்தனையிலாழ்ந்து வெறும் வெளியை நோக்கிக் கொண்டிருந்தான்.

அதற்குள் அவள் வந்து விட்டாள். ஆனால் காலையில் தென்பட்ட அராபிக் குதிரை போன்ற தோற்றத்தைக் காணோம். ஒடுங்கிப் பயந்து இருளுடன் இருளாக முயலும் ஒரு நிழல் போல் தென்பட்டாள். அவள் பதுங்கிய மாதிரி

அவன் உள்ளத்தைப் பிளந்தது. பழய விருத்திகள் இருந்த இடம் தெரியவில்லை.

மறுநொடிக்குள் வீட்டிற்குள் போய் வந்து ஒரு ரூபாயை அவள் கையில் கொடுத்து விட்டான். அவள் திகைப்பு சொல்லத் தரமல்ல. அவன் மட்டும் திரும்பிப் பாராமல் கதவைத் தாளிட்டுக் கொண்டு மேல்மாடிக்குப் போய் விட்டான்...

அவள் மௌனமாய்த் திரும்பினாள். அவளுக்குப் பின்னால் நீண்டு விழுந்த அவளுடைய நிழல் தெருவில் அசைந்து கொண்டிருந்தது. கண்ணுக்கு மறையுமட்டும் அவள் உருவத்தையும் நிழலையும் மாடியிலிருந்து பார்த்து நின்றான். பிறகு குறுக்கும் நெடுக்குமாக உலாவ ஆரம்பித்தான்...

காவிரி மட்டும் யாதொரு சிந்தனையுமின்றி நுரை மலர் குலுங்க, காதலைத் தேடி கடல் நோக்கிச் சென்று கொண்டிருந்தது.

ராகு கேது

என் குழந்தைக்கு பொம்மை வைத்துக் கொண்டு விளையாடும் வயது வருமுன்னமே என் மனைவி ஒரு 'செல்லுலாயிட்' பொம்மை வாங்கிக் கொண்டு வந்துவிட்டாள். பணநெருக்கடியான நிலைமையில், அடுத்த வாரத்திற்கு அரிசி வாங்க வைத்திருந்த தொகையை இவ்விதமாய் செலவழித்ததைப் பற்றி முதலில் சண்டை போட்டேன். பிறகு அப் பொம்மையின் அழகையும் அமைப்பையும் கவனித்ததில், பணப் பஞ்சத்தின் ஞாபகமே மறந்து விட்டது. அதனுடைய மழமழப்பான உடலும், கன்னங்களின் ரோஜாச் சிவப்பும், அதிருஷ்டப்பள்ளமிருக்கும் முகவாய்க் கட்டையும், சிரித்து மயக்கும் நீலநிறக் கண்களும் என் நெஞ்சைக் கொள்ளை கொண்டன .

ஆகவே, அந்த பொம்மையை என் மேஜையின் மேலேயே வைத்துக் கொண்டு விட்டேன்- சதா பார்த்து ஆனந்திக்கலாமென்று.

அம்புலு-என் ஒரு வயதுப் பெண்- 'செல்லுலாயிட்' பொம்மையின் பேரில் பொறாமை கொண்டோ என் னவோ, தானும் என் மேஜையின்பேரில் உட்கார வேண்டுமென்று பொருள்படும்படி ஊமையமூகையாக அழுது தீர்க்கத் துவக்கி விட்டாள். அதை உத்தேசித்து அவளையும் என் மேஜையின் மேலேயே உட்கார வைத்துக் கொள்வது வழக்கம்.

இப்படியிருக்கும் பொழுது, அம்புலுவுக்கு ஊசி போல பல் முளைக்க ஆரம்பித்தது ஒரு விஷயத்தில் ஆபத்தாகி விட்டது. அதுவரையில் பொம்மையின், காலையும் கையையும் பிடுங்கி இழுத்து விளையாடிக் கொண்டிருந்தவள் பொம்மையைக்

கடிக்க ஆரம்பித்து விட்டாள். முக்யமாய், முள் இலவ மரத்தினுடைய பூவின் சிகப்புப் போன்ற பொம்மையின் வாயையும் அழகிய மூக்கையும் அடிக்கடி கடிக்கவே, பொம்மை மூக்கரையனைப் போலானதல்லாமல், வாயில் ஒரு துவாரமும் ஏற்பட்டு நிஜமான வாய் மாதிரியே ஆகிவிட்டது.

பொம்மைக்கு இந்த கதி வந்த சில தினங்களுக்குள், ஒரு நாள் அதைக் குழந்தை வேகமாய் இழுத்து விளையாடியபொழுது பொம்மையின் தலையும் உடலும் வேறாகி விட்டன. எவ்வளவோ யுக்தி செய்து பார்த்தும் என்னால் அவைகளைச் சேர்க்கக் கூடவில்லை. பொம்மையின் தலையொரு பக்கமும் உடலொரு பக்கமும் கிடக்கவே எனக்கு ஏதோ திகிலுண்டாயிற்று. கொல்லைப் புறத்தில் அவற்றை எறிந்துவிட்டு வரலாமென்று எழுந்திருந்தேன்.

'நன்னாயிருக்கு ! கிழிஞ்ச கூடைக்குக் கடுதாசி போட்டு அடுப்புக்கறி வாரி வைக்கறேன். புதுப் பொம்மையை எறியறேன்கரேளே. கீழே வைங்கோ, சொல்றேன். அதை நான் புளி போட்டு ஒட்டிவிடரேன்.' என்று என் மனைவி ஆக்ஷேபித்தாள்.

மனைவியுடன் எதிர்க்கட்சி பேசுவது கொஞ்சம் முன் யோசனையற்ற காரியமென்று எனக்குத் தெரியும்.

'கண் காணாமல் வைத்துவிடுகிறேன் ; பிறகு எடுத்துக்கொள் என்று சொல்லிவிட்டு வெந்நீர் அடுப்பிற்கருகில் ஒரு மாடத்தில் வைத்தேன். திரும்பிக் கூடத்திற்கு வந்த பிறகும் கூட அந்த மூக்கின் அவலக்ஷணமும் திறந்த வாயும், முண்டமான பொம்மையின் கோரமும் என் மனதைவிட்டு அகலவில்லை...

2

அன்று ஞாயிற்றுக்கிழமை. மத்யானமாய் பித்தத் தலைவலி வரும் போலிருந்தது. புஸ்தகம் படித்துத் துன்பத்தை மறக்க

முயன்றும் படிப்பு ஓடவில்லை. வெளியே போவோமென்றால், உச்சிக்காலத்துச் சூரியன் கொழுந்து விட்டெரிந்தான். சற்று கட்டிலிலாவது படுத்துப் புரளுவோமென்று கட்டிலருகில் போனேன். எதிரில், கதவில்லாத அலமாரி ஒன்றில் கழுத்தில்லா ஜடா முனி போல் செல்லுலாயிட் பொம்மையின் முண்டம் உட் கார்ந்திருந்தது. பக்கத்தில் உருண்டு கிடந்த பொம்மைத் தலை என்னைப் பார்த்து இளித்தது. என் மனைவியைக் கூப்பிட்டு, 'இந்த அபசவ்யத்தை இங்கே யார் கொண்டுவந்து தொலைத்தது ?' என்று சினந்தேன்.

‘அன்னிக்கே பிடிச்சு இங்கேதானே இருக்கு. அம்புலு இதுதான் வேணும்னு கத்தரா. ஒரு பொம்மைக்கு ரெண்டாச்சோன்னோ! கொழந்தைக்கு சந்தோஷம் தாங்கல்லே' என்றாள் மனைவி.

‘அதிருக்கட்டும். விளையாடாத வேளையில் வெந்நீர் மாடத்திலே இருக்கக்கூடாதோ ?' 'என்றேன்.

'இதோ ஒட்டப் போரேனே பொம்மையை? புளியங் கொட்டையை ஊரவச்சிருக்கேன். சாயங்காலமா பசையாகும். அப்பறம் ஒட்டணும் ; அதுக்காகத்தான் இங்கே வச்சிருக்கேன்' என்று சமாதானம் சொன்னாள்.

நான் பேச்சை வளர்க்கவில்லை. என்ன பிரமாதம். முற்றத்தின் பக்கமாய்த் திரும்பிப் படுத்துக் கொண்டால் போயிற்றென்று எண்ணி, பொம்மைக்கு முதுகு தெரியும்படி படுத்துக் கொண்டேன். ஆயினும் என் முதுகின் வழியாய் இரண்டு நீலக் கருங்கண்கள் என்னைக் கூர்ந்து நோக்கின. மனது சற்று கலவரமடைந்தது.

அதற்குள் என் மனைவி இடுப்பில் குழந்தையுடனும், வலது கையில் ஈயம் பூசிய அடுக்குடனும் வந்து, 'அடுத்தாத்துக்குப் போய் தோசைமா அறைச்சிண்டு வரேன்' என்று சொன்னாள்.

'குழந்தையை விட்டுவிட்டு நீ மட்டும் போய் வா' என்றேன்.

'தலைவலின்னேளே. கொஞ்சம் தூங்குங்கோ. அம்புலுவை இங்கே விட்டா விஷமம் செய்யும்' என்று வாசற்கதவைச் சாத்திக்கொண்டு வெளியே போய்விட்டாள்.

அப்பொழுது, ஓடினால் துரத்துவது என்ற பழமொழி ஞாபகத்திற்கு வரவே, அலமாரியைப் பார்த்துப் படுத்துக் கொண்டால் பொம்மை என்ன செய்ய முடியுமென்று திரும்பிப் படுத்துக் கொண்டேன். ஒரு கரப்பு முண்டத்தின் கழுத்தில் உட்கார்ந்து, குதிருக்குள் நெல் இருக்கிறதா என்று பார்ப்பது போல், என்னவோ பரிசோதித்தது. பொம்மையின் தலை பக்கத்தில் உருண்டு கிடந்தது. ஆ! என்னே அந்நீலக்கண்களின் பார்வை! எனக்கிருந்த அவ்வளவு தைரியமும் ஓடிவிட்டது. எழுந்திருந்து கொல்லைக் கிணற்றடியில் வேப்பங் காற்று வாங்கலாம் என்று கிளம்பினேன்.

'கொராக்' என்று சப்தம் கேட்டது. திரும்பிப் பார்த்தேன். 'செல்லுலாயிட் பொம்மையின் தலை நிமிர்ந்து உட்கார்ந்திருப்பது போல் பொம்மையின் கழுத்து அலமாரிப் பலகையில் பொருந்தியிருந்தது. இதென்ன ஆச்சர்யம் என்று யோசிப்பதற்குள், 'அப் பேன்!' என்று யாரோ கூப்பிட்டது போலிருந்தது. சுற்றுமுற்றும் ஒருவரையும் காணோம்.

''இங்குதானப்பேன்' என்று இரண்டாவது தரம் சப்தமெழுந்த பொழுது பார்த்தேன். இரண்டு நெல்லளவு திறந்திருந்த பொம்மையின் வாயானது அதிகமாக விலக, அதினின்றும் பேச்சுப் புறப்பட்டது.

இதென்ன விசித்திரமாயிருக்கிறதே என்று மறுபடி கட்டிலில் உட்கார்ந்தேன்.

'அப்படி உட்காரு. ராகு கேது கதை தெரியுமோ?' என்றது.

பொம்மையின் தலை கேள்வி கேட்டது ஒரு காரணம் ; என்னை முட்டாளாக்கி அவ்வளவு லகுவான சாதாரணமான

கேள்வி கேட்டது மற்றொரு காரணம். சரியாகப் பதில் சொல்லக்கூடாதென்று நினைத்து தெரியாது என்றேன்.

'அப்படியென்றால் கதையைக் கேள்' என்று தொடங்கிற்று.

3

'அதிமதுரம் என்னும் கிராமமொன்றுண்டு. அதில் நாணுவய்யரென்ற மிராசுதார் ஒருவர் இருந்தார். அவருக்கு ஒரே பெண் சுவர்ணாம்பாள்; அவருடைய மனைவி தங்கம்மாள் குழந்தை பிறந்த பத்தாவது நாளே சிவலோக பிராப்தி அடைந்தாள். அதில் நாணுவய்யருக்கு மனது மிகவும் உடைந்து விட்டது. ஆனால், தாயாரைப் புகைப்படம் பிடித்தது போன்ற குழந்தையைப் பார்த்து ஒருவாறு தேறுதல் அடைந்து காலம் கடத்தி வந்தார்.

சுவர்ணாம்பாளுக்கு எட்டு வயதானபொழுது நாணு வய்யருக்கு நாற்பத்தி ஐந்து வயது. தவிர அவருக்கு ஏதோ வியாதி; ஆஸ்பத்திரியில் நீர்ரோகமென்று சொல்லிவி ட்டார்கள். அதுமுதற்கொண்டு அவருக்குக் கவலை அதிகரித்தது. தனக்கு வியாதி முற்றி உயிருக்கு முடிவு வரும் முன்னமே, எப்படியாவது பெண்ணுக்குக் கல்யாணம் செய்துவிட வேண்டுமென்ற அவா ஏற்பட்டது. அதிருஷ்டவசமாய் நல்ல இடத்தில் ஒரு வரன் கிடைத்தது. மாப்பிள்ளை மூன்றுதரமும் ஆறாவது பாரம் தேறாமல் ஊருடனே வசித்து வந்தான். ஆனால் ஏராளமான ஐவேஜி. மாப்பிள்ளை லக்ஷ்மணன் லக்ஷ்ணமாயும் இருந்தான்.

ஆகவே வெகு சீக்கிரத்தில், சுவர்ணாம்பாளுக்கு வெகு விமர்சையாய் அதிமதுரத்தில் கல்யாணம் நடந்தது. கல்யாணம் ஆனபிறகு மாப்பிள்ளையை இரண்டு மாதம் வரையில் நாணுவய்யர் வீட்டில் வைத்துக் கொண்டிருந்தார். சுவர்ணத்திற்குக் கல்யாணமென்றால் கழுத்தில் அதிகப்படியாகத் திருமங்கலியம் ஏறியிருந்ததைத் தவிர வேறொன்றும் தெரியவில்லை. ஒருவேளை, குழந்தைகள்

மரக்கட்டை பொம்மைகளுக்குக் கல்யாணங்கள் செய்வது போல், ஏதோ ஒரு வேடிக்கையென்று நினைத் திருக்கலாம்.

ஏனெனில் அடிக்கடி, லக்ஷ்மணனைப் பார்த்து 'கட்டம் விளையாட வா, ஆம்படையான்' என்று தொந்தரவு செய்தாள்.

முதலில் லக்ஷ்மணனுக்குக் கொஞ்சம் வெட்கமா யிருந்தது. நாளாக நாளாக அதுவும் மறைந்தது. மாப்பிள்ளையும் பெண்ணும் சந்தோஷமாக விளையாடினார்கள். பல்லாங்குழி, புளியம்விரை, சொர்க்க படம்; இல்லையென்றால் கதைப் புஸ்தகம், பாட்டு-இப்படியெல்லாம் காலம் கழிப்பார்கள். இரண்டு மாதம் கழித்து மாப்பிள்ளை ஊருக்குப் போய்விட்டான்...

ஆறு மாதங்களுக்குப் பிறகு, நாணுவய்யர் ஒருநாள் கொல்லையில் வாழைமரங்களிலுள்ள சரகுகளையெல்லாம் பிடுங்கிச் சீர் செய்து கொண்டிருந்தார். சுவர்ணம் கூடத்திலிருந்து கொல்லைப்புறம் ஓடிவந்து, 'அப்பா ! தபால்காரன் தந்தி கொண்டு வந்திருக்கிறான், என்றாள். கிராமாந்தரங்களில் தந்தியென்றால் நடுக்கம்தான். உடம்பெல்லாம் ஒருதரம் குபீரென்று விடும். மார்பு படபடக்கும். தெருப்புறம் வந்து கை விரல்கள் நடு நடுங்க நாணுவய்யர் தந்தியைப் பிரித்துப் பார்த்தார். இடி விழுந்ததுபோல் 'லக்ஷ்மணனை நல்ல பாம்பு கடித்து விட்டது' என்று ஒரு வாக்யமிருந்தது.உடனே மூர்ச்சையாகி விட்டார். தெளிந்து எழுந்திருந்த பொழுது. குழந்தை தந்தியை வைத்துக் கொண்டபடியே ‘என்னப்பா உடம்பு? தந்தியில் என்ன எழுதியிருக்கு?’ என்று கேட்டாள். தகப்பனார் என்ன பதில் சொல்லுவார்?

மறு ரயிலில் தகப்பனாரும் பெண்ணும் சம்பந்தி வீட்டிற்குக் கிளம்பி விட்டார்கள். சம்பந்தி வீட்டு வாசலிலேயே எல்லாம் மனித யத்தனங்களுக்கு மிஞ்சிவிட்ட தென்று தெரிந்தது ; திண்ணையில், ஒரே கூட்டமும் கூக்குரலும் தான். பட்டுப் போன தென்னை போல அங்கு சம்பந்தி உட்கார்ந்திருந்தார்.

நாணுவய்யரைப் பார்த்ததும் 'ஹோ'வென்றலறினார். நாணுவய்யரும் புலம்பினார். தகப்பனாரைப் பார்த்து சுவர்ணமும் அழுதாள்.'

இந்தக் கட்டத்திற்கு வந்ததும் பொம்மை கொஞ்சம் பேச்சை மெதுவாய் தழுதழுத்த குரலில் சொல்லி, கடைசி வார்த்தைகள் வந்ததும் பெருமூச்சு விட்ட படியே நிறுத்திற்று. அதனுடைய நீல விழிகள் கரைந்து வருவது போல் அதன் கன்னங்களின் மீது கண்ணீர் வடிந்தது. எனக்கும் துயரம் எழுந்தது. நெஞ்சை அடைத்தது. எப்படியாவது வேறு திக்கை நோக்கிப் பேச்சைத் திருப்புவேண்டி, ஆமாம். ஏழெட்டு வயதென்றால் கல்யாணம் செய்யக்கூடாதே. சட்ட விரோதமாயிற்றே?' என்று வினவினேன்.

'அந்தச் சட்டமெல்லாம் அப்புறம்தான் வந்தது. பாக்கி விஷயத்தைக் கேளு' என்று மேலே சொல்லிற்று.

'லக்ஷ்மணன் இறந்த ஒரு பிறைக்குள் நாணுவய்யரின் நீர்ரோகம் முற்றி மரணத்தை விளைவித்தது. சுவர்ணத்தின் புருஷன் இறந்ததில் அவளுக்குத் துயரமொன்றும் தெரியவில்லை. வானத்தில் ஒரு மின்னல் தோன்றி மறைந்தது போலிருந்தது ; அவ்வளவு தான். ஆனால் தகப்பனாரை இழந்த போது தன்னுயிரே போவது போன்ற அளவிட முடியாத துக்கம் புயல்போலெழுந்தது. ஐப்பசி மாதத்து அடை மழை மேகம் போல் சுவர்ணத்தின் மனதை இருளாக்கி விட்டது.

மறுபடியும் பொம்மை பேச்சை நிறுத்தியது. திரும்ப ஏதோ 'கொராக்' என்று சப்தம் கேட்டது.

'என்ன அந்த சப்தம் ?" என்றேன்.

'வெட்டியாகக் கேள்வி கேட்காதே. கேளு கதையை' என்று பின்னும் சொல்லிற்று.

'மறதியென்பதில்லா விட்டால் உலகம் நின்று போகும். சுவர்ணம் நாளடைவில் துக்கத்தை மறந்து விட்டாள். அப்பொழுது, பழய உறவைக் கொண்டாடிக் கொண்டு அங்கு ஒரு கிழவி வந்து சேர்ந்தாள். தனக்கும் ஒரு துணை வேண்டுமல்லவாவென்று நினைத்து, கிழவியைத் தன்னுடன் வசிக்கும்படி சுவர்ணம் கேட் டுக்கொண்டாள்..

இப்படிச் சில வருஷங்கள் சென்றன. வயது பதினாறு ஆயிற்று. வயது வந்ததும், என் கன்னங்களின் ரோஜாவைப் போல் அவள் தேக முழுவதும் காந்தி வீசி அவளுடைய வாய் மாதுளை முத்துப்போல் செக் கச்செவேரென்றிருந்தது. யௌவனத்தின் வெருண்டு மயக்கும் மான் கண்கள் பிறந்தன. அழகு கொஞ்சிற்று. அவளைப் பார்த்துவிட்டு அடிக்கடி கிழவி சொல்லுவாள்: நெல் பழுத்த சமயத்திலே, மழை பெய்யராப்பலெ, ஒன் கிளி அழகு யாருக்குப் பிரீதி ! கண்ணில் மணல் விழுந்தாப்பலெ உறுத்தரது. துக்கிரி அதிருஷ்டம், புருஷனை தொடச்சூட்டுது !

பாவம்! சுவர்ணத்தின் பேரில் என்ன பிசகு? அவள் அழகிற்காவது லக்ஷ்மணன் இறந்ததற்காவது அவளா பொறுப்பு?

இப்படி இருந்துவரும் நாளில், தென்னிந்திய நாடக மேடையில் கீர்த்தி பெற்ற சபாபதி அதிமதுரத்திற்கு வந்தான்.

சபாபதியைப் பற்றி சுவர்ணம் பராபரியாகக் கேள்விப்பட்டிருந்தாள். சிறிய பெண்ணாக இருந்த பொழுது ஒருதரம் பார்த்ததாக ஞாபகம். சாதாரணமாக, வெறும் ஊர்வலத்தையும் கரகத்தையும் பார்க்கப் பிரியப்படும் ஜனங்கள் சபாபதியைப் பார்க்க விரும்புவதில் என்ன ஆச்சர்யம்?

அதற்கு ஒரு நல்ல தருணமும் வாய்த்தது. சபாபதியின் நண்பனொருவன் அவனை உத்தேசித்து ஒரு விருந்தளித்தான். ஊரிலுள்ளோர் அனைவரையும் அதற்கு அழைத்திருந்தான். சபாபதி நாடகமேடை சக்ரவர்த்தியாயிருந்ததைத் தவிர,

உண்மையில் அழகிலும் அப்படியே இருந்தான். மாலையில், ஊரிலுள்ளோர் அவனைப் பாடச்சொன்னார்கள். அவனுடைய பாட்டு எல்லோரையும் நினைவழித்தது. அவனுடைய கீதத்தைக் கேட்ட பிறகு, மரத்துடன் சேர்த்துக் கட்டப்பட்டிருக்கும் படகானது கயிறறுந்தால் உல்லாசமாய் ஜலத்தில் போகுமே, அதுபோல் சுவர்ணத்தின் மனம் தன் தளை களையெல்லாம் அப்புது உற்சாகத்தில் தெறித்தெறிந்து விட்டது.

சபாபதியோவெனில், சபையில் உட்கார்ந்து பாடிக் கொண்டிருந்த போதிலும், பலமுறை கவர்ணத்தை நோக்கி திரும்பினான். அப்படியிழுத்தது அவளுடைய அழகுக் காந்தம்! கூட்டம் கலைந்து சுவர்ணம் வீட்டுக்குப் போகுங்கால் இருவருடைய கண்களும் கலந்தன.

வளர்ப்பானேன்? இப்பால் இருவருக்கும் நீதி வழுவிய காதலுண்டாகி விட்டது.

நாட்கள் கழிந்தன. சபாபதிக்கும் சுவர்ணத்திற்கும் நட்பு உண்டாகி, இரண்டு மாதத்திற்கு மேலிருக்கலாம்.

ஒரு நாள் காலையில் கிழவி பெண்ணைப் பார்த்து 'என்னம்மா! உடம்பெல்லாம் ஒரு மாதிரி இருக்கே- வயத்திலே வலி கிலியா?' என்று சாதாரணமாகக் கேள்வி கேட்டாள்.

அவ்வார்த்தைகள் விஷம் தோய்ந்த அம்பு போல் சுவர்ணத்தின் உள்ளத்தில் பாய்ந்தன. 'ஒன்றுமில்லை' என்று பதில் சொல்லி விட்டுப் போய்விட்டாள்.

அன்றைய தினம் சாயங்காலமாய் தனிமையில் அவ் வார்த்தைகளைப் பற்றி நினைத்த பொழுது கட்டுப்பாட்டை மீறியதற்குத் தண்டனை வந்துவிட்டதாகத் தோன்றிற்று. ஊரில் சந்தி சிரிக்காமல் மானத்தை எப்படிக் காப்பாற்றுவதென்ற ஒரே கேள்விதான். மறுபடி சிந்தித்தாள். தலைக்கு மேலே வெள்ளம் போய் விட்டால் உண்டாகக்கூடிய துணிச்சல்

சுவர்ணத்தின் உள்ளத்தில் பிறந்தது. கிழவியிடம் போய் தைரியமாய் விஷயத்தைச் சொல்லவே, 'அடி பாவி ! தலையில் கல்லைப் போட் டாயே ?' என்று பலவாறாக முதலில் தூஷித்தாள்.

பிறகு பாட்டி ரகசியமாய் பல வழிகளில் வைத்யம் செய்தாள். ஒரு மாதம் சென்றது. பெண்ணின் முகத்தில் சோபை அதிகப்பட்டது. இதர அடையாளங்களும் கொஞ்சம் தலைகாட்டின. கிழவியின் வைத்யம் பிரயோஜனப் படவில்லை. ஆகவே, எங்கேயாவது நகரத்தில் வசித்துவிட்டுப் பிறகு ஊர் திரும்பலாமென்று தீர்மானித்துக் கொண்டு அதிமதுரத்தை விட்டுக் கிளம்பி விட்டார்கள்.

அது முதல் நம்முடைய ஊரில்-உன்னிடம் தெருவைச் சொல்லக் கூடாது-அவர்களிருவரும் ஒரு தனி ஜாகையில் வசித்துவருகிறார்கள்.

இந்த இடம் வந்ததும் சற்று நிறுத்தி, 'அன்றொரு நாள் காலையில், பஜனை சுற்றிவரும் பொழுது, தெருவில் ஒரு ஆண் குழந்தை முண்டமும் தலையுமாகக் கிடந்தது என்று ஊர் அமக்களப்பட்டதே தெரியுமா?' என்று வினவிற்று.

'அந்த இழவையெல்லாம் யார் கண்டது ? கேள்வி தான். பாரத தேசத்து தர்மக்கொடி, கற்பின் கீர்த்தி, மண்ணில் - சாக்கடையில்-புரட்டி எடுக்கப்படும் கலி காலம் ! ஹும் ! சிவ, சிவ' என்று சொல்லித் தலையில் அடித்துக் கொண்டேன்.

'அப்பேன் ! ரொம்ப விசும்பாதே ! கொஞ்சம் தயை, ஈரம், அன்பு இவைகளிருக்கட்டும் நெஞ்சத்தில். காமன் செய்தான் ; சுவர்ணம் கேவலம் கருவி. வெள்ளத்தில் புரண்டோடும் துரும்படா, தெரிந்ததா ?; என்று சொல்லிய வண்ணமே நீலக்கண்களினின்றும் நீர் விடுத்தது. என்னையறியாமலே எனக்கும் கண்களில் ஜலம் வந்துவிட்டது.

'அப்பேன் ! உயிரும் அதன் லீலையும் சாஸ்திர வரம்பு, பேனா வரம்பு, பீரங்கி பயம், தூக்குமரத் தண்டனை

இவைகளுக்கெல்லாம் சளைக்காது, ஒடுங்காது, தலை வணங்காது. உங்கள் வீட்டுப் பூவரசமரம் அடுத்த வீட்டு இரண்டாங்கட்டில் பழுத்த இலைகளை உதிர்க்கக் கூடாது என்று தடுக்க ஒரு சட்டம் போடு பார்க்கலாம். அப்பேன்! இயற்கையை ஜெயிப்பது கஷ்டம். ஆகையால், உங்கள் வாய்களுக்கெல்லாம்...'

'ஆமாம், இதெல்லாம் சொல்லுவதின் பொருள் விளங்கவில்லையே ?' என்று இடைமறித்துக் கேட்டேன்.

'அதைத்தானப்பா சொல்லவருகிறேன். அது ரகசியம். சத்யமாய் வெளியிடாதே. சுவர்ணம் இந்த ஊரிலேதான் பிள்ளை பெற்றாள். அப்பொழுது கிழவி ஒரு யோசனை சொன்னாள்...

அப்பேன் ! நமது தேசத்தில் மானம் பெரிதல்லவா? திருட்டுத்தனமாய், உள்ளத்தால் மலை மலையாய்ப் பாவங்கள் செய்யலாம். எல்லா நீதிகளையும் விதிகளையும் நம்முடைய முறையற்ற செய்கைகளால் காலை வாரி விட்டுவிடலாம். அதைக் கேட்பாரில்லை. ஆனால், வாய்ப் பேச்சில் மட்டும் வழக்கங்களையும், தர்ம போதங்களையும் விட்டுக் கொடுக்காமலிருந்தால் போதும்-நல்ல பெயர் வந்துவிடும்.

சுவர்ணத்திற்குப் பிள்ளை பிறந்ததென்று சொன்னே னல்லவா? அதை அப்படியே எடுத்துக் கொண்டு கிழவி வெளியே போய்விட்டாள்..

'என்னவோ ராகு கேது கதை தெரியுமா என்று ஆரம்பித்துவிட்டு இந்தப் பாழாய்ப்போன கதையை எடுத்தாயே, நியாயமா?' என்று உருக்கமாய்க் கேட்டேன்.

'அதையே தான் சொல்லி வருகிறேன் கேள். அமிருத கலசத்திலிருந்து தேவர்கள் எல்லோருக்கும் அமிருதம் வழங்கப்பட்ட பொழுது, துரதிருஷ்டவசமாக சுவர்ணாம்பாளுக்குக் கிடைக்கவில்லை.' கைம்பெண்கள்

அசுரர் களாம், தெரிந்ததா ? என்ன இருந்தாலும், அப்பேன் ! அசுரர்களுக்கும் ஆசை என்பது உண்டு. எல்லோரையும் போல் வெளிப்படையாய் இன்பமனுபவிக்க முடியாமலிருந்ததால், சுவர்ணம் ரகசியமாய் இன்பத்திலீடுபட்டு விட்டாள். அதன் விளைவாக ஏற்பட்ட குழந்தையைக் கடைசியாக வெளியே எடுத்துக் கொண்டு போன கிழவி. கரண்டியால் ராகு கேது போல் இரண்டு பாகங்களாக்கித் தெருவிலே போட்டு விட்டாள். அதுதானப்பா ! இது போன்ற நிகழ்ச்சிகள் நடக்கும் வரையில், நடக்க இடமிருக்கும் வரையில் நமது தேசம் முன்னுக்கு வராது.

இவ்வார்த்தைகளைக் கேட்டு 'சிவ, சிவ' என்று காதுகளைப் பொத்திக் கொண்டேன்.

பொம்மை மேலும் சொல்லிற்று.

'என்றைய தினத்தில் எந்த நேரத்தில் அந்தக் கிழவி இக்கிராதகச் செயலைச் செய்தாளோ, அதே கணத்தில், உன் மேஜையின் மீது ஜோராய் உட்கார்ந்திருந்த எனக்கு நெஞ்சாங் குழியில் ஏதோ படக்கென்று அறுந்து விட்டது. அதனால்தான் மறுநாள் குழந்தை அம்புலு என்னை எடுத்து விளையாடிய போது தலை வேறு உடல் வேறாகிவிட்டது-விளங்கிற்றா அப்பேன் ! 'சிவ சிவ என்பவற்றையெல்லாம் ஆற்று வெள்ளத்தில் போடு. உனக்குள்ளது பிறனுக்கும் என்று கருது. பூத தயை...'

பின்னும் பொம்மை ஏதாவது சொல்லியிருக்கும். அதற்குள், 'என்ன அலமாரியைப் பாத்துண்டு பூஜை பண்ராப்பலெ உட்கார்ந்திருக்கேள் ? தலைவலி தேவலையா?' என்று திடுக்கிடும்படி பின்னால் வந்து கேள்வி போட்டாள் என் மனைவி. நான் யாதொரு பதிலும் சொல்லவில்லை.

அப்போது அலமாரியில் முன்போல் 'கொரக்' என்று சப்தம் கேட்டது. பார்த்தேன். பொம்மையின் தலைக்குள்ளிருந்து ஒரு சிறிய கரப்பு வெளியே ஓடிற்று. அத்துடன் தலை உருண்டு அலமாரியிலிருந்து கீழே விழுந்தது. உடனே அந்த

பொம்மையின் தலையையும் முண்டத்தையும் அப்படியே கையிலெடுத்துக் கொண்டு போய், கொல்லைப்புறத்து வாய்க்காலில் எறிந்து விட்டுத் திரும்பினேன். என் காரியத்தைப் பார்த்து என் மனைவி கால் மணி நேரம் தோசைமாவும் கையுமாய் ஸ்தம்பித்து நின்று 'கண்ணில் என்ன ஜலம் ?' என்றாள். என்னவென்று சொல்வது?

நான் பாட்டுக்கு அம்புலுவுடன் 'கில்லாப்பிறண்டி' ஆட ஆரம்பித்தேன்.

தாய்

ரயிலில் பிரயாணம் செய்து கொண்டிருந்தேன். விழுந்தடித்து ஓடும் நக்ஷத்திரங்களையும், மசிச்சித்திரங்கள் போன்ற மரங்களையும், நீர்ப்பரப்புகளையும், இருளைப் பிளந்து செல்லும் 'சர்ச்லைட்' வெளிச்சத்தையும் மாறி மாறிப் பார்க்கும் லயத்திலிருந்த என்னை, ஒரு குழந்தையின் அழுகை சப்தம் பிடித்திழுத்தது. ஜன்ன லுக்கு வெளியே நீட்டியிருந்த கழுத்தை உள்ளுக்கிழுத் தேன்.

முதலில் தென்பட்டது உலர்ந்த சரீரத்தோடு கூடிய ஒரு நாயுடு ஸ்திரி. அவள் வழியில் உட்கார்ந்திருந்தாள். அவள் பக்கத்தில் எட்டு ஒன்பது மாதக் குழந்தை ஒன்று இருந்தது. அதுதான் வீறிட்டுக் கொண்டிருந் தது. இவ்வளவு அழுகைக்கும் அசையாத கும்பகர்ணர்களும் பலர் வண்டியிலிருந்தார்கள்.

விழித்துக்கொண்டிருந்த ரயில் பிரயாணி யாரோ ஒருத்தி-ஒரு கிழவி-சொன்னாள். 'ஆத்தா, பிள்ளையைக் கொஞ்சம் எடுத்து விடேன்.'

''எல்லாம் ஆயிடுச்சு. மொக்கு மொக்குன்னு குடிச்சுட்டுக் கத்துது. இம்மே பாலில்லெ ; ரத்தந்தான் வரும்.'

அந்தச் சிறு குழந்தை எதைக் கண்டது? பாலில்லாத மார்பின் வேதனையை எப்படி அறியும்? நாயுடு ஸ்திரீயின் மடி மீது போய் ஏறிற்று-கரைமீது மோத வரும் அலைபோல. அவள் அதை அலுப்புடன் தள்ளினாள் - பூமி அலையைப் புறக்கணிப்பது போல. குழந்தை ஐந்து நிமிஷம் அலறித் தீர்த்தது. பிறகு தூங்கிவிட்டது. தூங்கியும் கூட விம்மல் விட்டபாடில்லை.

எனக்கு எதிர்த்தாப் போல் உட்கார்ந்திருந்தவர் சொன்னார், 'பெண் பிள்ளைகளுக்கே காது செவிடு.'

'ஏனோ?' என்றேன்.

'இல்லாவிட்டால் இவ்வளவு அழுகைக்கும் தற்கொலை செய்து கொண்டு விட மாட்டார்களா? காது ஜவ்வு செதல் செதலாகி யிருக்குமே.'

'ஆண் பிள்ளைகளுக்கு சத்தம் பொறுக்காது. அடுக்குள்ளில் வேலை செய்கிறவர்களும், தெருக் குழாயடியில் தண்ணீர் பிடிப்பவர்களும் சத்தத்துக்குப் பயந்தால் சந்தியில் நிற்கவேண்டியதுதான்' என்று எதோ பதில் சொன்னேன்.

மேலே ஒருவரும் பேச முடியவில்லை. பின் பக்கத்திலிருந்து 'ளொள், ளொள்' என்று இருமிக் கொண்டே ஒரு குழந்தை அழத் துடங்கிற்று. நாங்கள் அதை முதலில் சட்டை செய்யவில்லை. அடுத்தாற் போல, கரகரப்பான ஒரு ஆண் பிள்ளைக் குரல்,

ஆராரோ ஆரிரரோ ஆளப் பொறந்தானோ...
அடிச்சாரைச் சொல்லியளு ஆக்கினைகள் பண்ணிவப்போம்...

என்று குழந்தையை சமாதானப்படுத்த முயன்றதும் எழுந்திருந்து திரும்பிப் பார்த்தேன். நாயுடு ஸ்திரீயும் எழுந்து பார்த்தாள்.

ஒரு ஆண் பிள்ளை ; நாற்பது, நாற்பத்தைந்து வயது இருக்கலாம். அழகிய 'ப' குடுமி. காதில் ஏழு கல் புஷ்பராகக் கடுக்கன். ஆட்களை வேலை வாங்கும் அதிகாரம் வாய்ந்த முகம். பட்டு பனியன், இடுப்பில் கைலி. எனவே, தண்ணீர்ச் சீமையிலிருந்து ஊருக்குத் திரும்பி வருபவன் என்பது வெளிச்சம்.

அவன் பக்கத்தில் ஒரு பெரிய பையன் - ஆறு வயதிருக்கும் ; ஒரு பெண் - இரண்டு வயதிருக்கும் ; ஒரு கைக் குழந்தை -

பெண். நடுக் குழந்தையின் கழுத்தில், அட்டிகை பதக்கம் போல், ஒரு ரப்பர் 'நிப்பிள்' கருப்புக் கயிற்றில் கட்டித் தொங்க விடப்பட்டிருந்தது.

இருமிக்கொண்டே அழுத குழந்தை கைக்குழந்தை என்று தெரிந்தது. சாதாரண இருமல் என்று நினைத்த நான் குழந்தையின் கண்களில் ஜலம் சேருவதையும், முகம் சிவப்படைவதையும், எச்சில் கம்பி கம்பியாய் வருவதையும் பார்த்தவுடன் மகாவேதனை அடைந்தேன். பச்சைக் குழந்தை கக்குவானுக்குத் தாங்குமா என்று நினைத்துக் கொண்டிருந்த பொழுதே, நடுக் குழந்தையும் இருமிக் கொண்டே எழுந்தது. அதற்கும் கக்குவான் !

அவன் முகத்தில் தோன்றிய வேதனை எனக்குத் தாளவில்லை. அந்த கிழவி 'ஏன் தம்பி ! இந்தப் பிள்ளைகளை வச்சுக்கிட்டு நீ எப்பிடி காலத்தை ஓட்றே?' என்றாள்.

அவன் பதில் பேசவில்லை. தன் காலண்டைக் கிடந்த தூக்குக் கூடையிலிருந்து ஒரு புட்டியை எடுத்து அதிலிருந்து எதையோ ஒரு அவுன்ஸ் கிளாஸில் ஊற்றி இரண்டு குழந்தைகளுக்கும் கொடுத்தான்.

குழந்தைகள் படுத்துக் கொண்டன. அழவுமில்லை. இருமவும் இல்லை. 'நிப்பிளை' சப்பிக் கொண்டே சொக்கி சொக்கி தூங்கத் துவங்கின. அவன் பாட்டுக்கு குழந்தைகளைத் தட்டிக் கொண்டே சாவதானமாய் அந்தக் கிழவியைப் பார்த்து 'என்ன பாட்டி கேட்டே?' என்றான்.

‘நீ எப்படி காலத்தை ஓட்றேன்னு.’

'ஏதோ, சாமி கிருபையிலெ. அவ போனது கூடப் பெரிசாத் தோணல்லெ. குழந்தைகளையும் பார்த்துக்கிட்டு தேயிலைத் தோட்டத்திலும் வேலை செஞ்சூட்டேன். இந்த ரெண்டு மாசமா இருமல்தான் எனக்குப் பெரிசாத் தோணுது. குழந்தைங்க என்னமா அவுதிப்படுது, தெரியுமா ? என்னவோ

ஆண்டவன் கிருபை; ஒவ்வொரு இருமலுக்கும் செத்துப் புழைக்குது.'

'என்னா? மருந்தா குடுத்தே அதுங்களுக்கு ?'

'இல்லெ. இந்த இருமலுக்கு மருந்து இல்லியாமே. தானே தான் போகணுமாம்... குடுக்கல்லே. நான் குடுத்தது பிராந்தி.'

'அட பாவி ! குழந்தைங்க வீணா அல்ல போயிடும்?'

'வேறே அழாமெ, வாதனைப்படாமெ குழந்தைங்க இருக்கறதுக்கு வழி?'

நாயுடு ஸ்திரீ எழுந்துபோய் 'பாவம்! தாயில்லாப் பிள்ளைங்களா'! என்று அங்கலாய்த்தாள்.

'அம்மாவை நினைச்சுக்கிட்டு அழுதால், இருமல் வந்து அழுதால், ஆம்பிள்ளை நான் என்னத்தைச் செய்யலாம் ?... பிராந்தியாலெ துன்பத்தை மறக்கடிக்கலாம்... வேறே வழி ?'

அரை மணி சென்றது. நாங்கள் எல்லோரும் விதியைப்பற்றிப் பேசிக் கொண்டிருந்தோம்.

மறுபடி பழய ளொள், ளொள்'; கைக்குழந்தை மறுபடி இருமலில் துடித்தது. அதன் வாயிலிருந்த ரப்பர் 'நிப்பிள்' கீழே விழுந்தது.

உட்காரக் கூடாமல் எழுந்திருந்தேன். அவனுடைய கை பிராந்திப் புட்டியை நாடிற்று.

'பிராந்தியைத் தொடாதீங்க. பிள்ளையை இப்பிடி என்கிட்ட குடுங்க' என்று குறுக்கிட்டாள் நாயுடு ஸ்திரீ. குழந்தையை இரு கையாலும் வாங்கித் தன் உலர்ந்த மார்போடு சார்த்திக் கொண்டாள். குழந்தையின் இருமல் ஓய்ந்தது. அவள் நெஞ்சில் அருள் சுரந்தது. ஆனால் மார்பில் பால் சுரந்ததோ என்னவோ !

வானம்பாடி

எதிரே நின்றான் அந்த முஸல்மான் பக்கிரி. தலையில் பச்சை கிர்க்கி முண்டாசு. உடலில் கறுப்பு அங்கி. இடுப்பில் கைலி. இடது கையில் ஒரு யாழ்ப்பாணத்து கப்பறை. வலது கையில் ஒரு துணி மூடிய கூண்டு. அதன் மீது அநேக கண்ணாடி மணிகள் போடப்பட்டிருந்தன. பக்கிரியின் மை தீட்டிய அழகிய கண்கள் அவன் தோற்றத்திற்கு அமைதியையும் அஞ்சா உறுதியையும் தந்து கொண்டிருந்தன.

ஜமீன்தார் சோபாவில் உட்கார்ந்ததும் மீசையைத் திருக ஆரம்பித்து விட்டார். வேலையாட்கள் விசிறியைப் பிடித்தனர்.

'அல்லா ஹூ அக்பர்' என்று வணங்கினான் பக்கிரி.

'என்ன வேண்டும்?'

'என் இஸ்ராபேலின் பாட்டை கொஞ்சம் கேட்டருள வேண்டும்.'

'எங்கே ?'

பக்கிரி, 'இஸ்ராபேல் !' என்றொரு முறை அழைத்தான். அவ்வளவுதான். ஒருகணம் ஆற்றங்கரை யோரத்தில், நக்ஷத்திரமும் நள்ளிரவும் சூழ்ந்த நேரத் தில், ஆகாயத்தை முத்தமிடும் மணிக்கூண்டினின்று சிதாருடன் இரண்டறக் கலந்து உருகும் கோஷா ஸ்திரீயின் கனிந்த குரல் காதல் தீ மூளப்பாடுவது போல் இஸ்ராபேலின் இன்னிசை எழுந்தது. மறுகணம் அம் மணிக்கூண்டினடியில், பெண்ணின் குரலோசை கொண்டு கற்பனைத் தூரியத்தால் பெண்ணையே

ஊகித்து உருவாக்கும் பித்தர்களின் கட்சிப் பிரதிகட்சி ஒலித்தது, ஒரு கணம் வெண்ணிலவில், பாசி சேர்ந்து பாழடைந்த பழம் மண்டபங்களினின்று கிளம்பும் நரிகளின் ஊளை போன்று, ஆசை மண்ணான கதை பாட்டில் மிதந்தது. மறுகணம், கண்கள் தீப்பறக்க, கத்தியும் கேடயமும் மோத, குளிர் நிலாக் கதிர் கத்தியின்மீது விழுந்து துண்டாக, காதலிக்காக போர்புரியும் வீரர்களின் முழக்கம் பொங்கிற்று.

இஸ்ராபேல்! என்று குறுக்கிட்டான் பக்கிரி. ஒரு நிமிஷம் நிசப்தம். மறு நிமிஷம் இசைச் சித்திரம் மாறி விட்டது. கருக்கலின் கனக ஒளியில், மோனக் கடல் மீது இன்னிசைத் தோணி ஒன்று மனிதரை நோக்கி மிதந்து வந்து, மக்கி மண்ணாகும் யாத்ரீகனைத் தட்டில் ஏற்றி அமரனாக்கும் பரிவும் போதமும் பூர்ணமாய் தொனித்தது.

இஸ்ராபேல் ! என் குருவே! என்றான் பக்கிரி. இன்னிசையின் தெய்வ உலகு மறைந்துவிட்டது. ஜமீன் தாருக்கு தன் நினைவு வர இரண்டு வினாடி சென்றது.

‘பக்கிரி ! இன்னும் கொஞ்சம்’ என்றுவிட்டு, தன் வேலையாளியிடம் எதோ சொல்லி உள்ளே அனுப்பினார் ஜமீன்தார்.

'நல்லது...... இஸ்ராபேல்!' என்றான் பக்கிரி.

சுருதி மாறிவிட்டது. இருபுறமும் செழித்தோங்கி வளரும் மரங்கள் நிறைந்த ரஸ்தாவில், 'செக்கச் செவே லென்ற உடலும், கலங்கிய கண்களும், கபந்தனைப் போல் விரிந்த கைகளும் கொண்ட ஒருவன் உட்கார்ந்து, எல்லாப் பொருள்களையும், எனதாக்குவேன் என்று பேரவாக் கொண்டு கொட்டாவி விட்டு ஏங்கும் சப்தம் தொனித்தது.

‘பக்கிரி ! சபாஷ் ! என் ஜன்மத்திலேயே இந்த மாதிரி அனுபவம் கிட்டியதில்லை.’

ஆண்டவன் அருள் இஸ்ராபேல்! என்குருவே என்று வணங்கினான் பக்கிரி.

'பக்கிரி ! இந்த வானம்பாடி ஏது?'

'இதை குஞ்சு முதல் வளர்த்து வருகிறேன். ரொம்ப தொல்லைப்பட்டேன் இதைப்பிடிக்க.'

'எனக்கு வேண்டுமே இது.'

'அதற்கென்ன மஹராஜ்? ஆனால் வானம்பாடிகள் இங்கே கிடைப்பதில்லை. வடக்கே இருந்து இந்தப்புறமாக சிற்சில காலங்களில் தான் வரும்.

ஐந்து வருஷத்திற்கு முந்தி வைகாசி மாதம். அறுவடை முடிந்து விட்டது. வயல்களில் அவுரியும், பயறும் தழைத்திருந்தன. எங்கும் வசந்தத்தின் இனிமை.

ஒருநாள் அதிகாலையில் எங்கள் கிராமத்து மசூதியில் உட்கார்ந்து தொழுது கொண்டிருந்தேன். வானவெளி யென்னும் மசூதியிலிருந்து தெய்வக்குரல் கொண்ட வானம்பாடிகள் மௌல்விகளைப்போல் பாடிக் கொண்டிருந்தன. என் காலைத் தொழுகையை சற்று விரைவு படுத்தி முடித்தேன். வானம்பாடிப் பைத்தியம் தலைக் கேறிற்று. தினம் அதுகள் பாடும். ஆனால் அவைகள் வசிக்கும் இடம் மட்டும் தெரியவில்லை. ஒரு மாதத்திற்குப் பிறகு அவைகள் இருப்பிடம் தெரிந்தது. அவைகள் குஞ்சு பொரித்திருந்ததும் தெரிந்தது.

என் சந்தோஷத்தைக் கேட்பானேன்? நானும் பின்னொரு பக்கிரியுமாக அந்த மாந்தோப்புக்கு ஒரு நாள் சென்றோம். அரை மணி வரையில் எங்கள் ஜபமாலையை உருட்டிக் கொண்டிருந்தோம். ஏனெனில் போனவுடன் எங்கள் கண்ணில் அவைகள் படவில்லை. பின்பு ஒரு ஜோடி தென்பட்ட பொழுது, அவைகள் நகர்ந்தும், பறந்தும் வெட்டுக் கிளிகளைப் பிடித்துக் கொண்டிருந் தன . எவ்வளவு சிறிய

உருவத்திற்குள் எவ்வளவு பெரிய தெய்வக்குரல் ஒளிந்திருக்கிறது! ஒரு வானம் பாடிமட்டும் அடிக்கடி எழுந்து அவுரிப் பயிர் நடுவில் இறங்கி, இரண்டொரு நிமிஷமிருந்து விட்டு, திரும்பியும் வெட்டுக்கிளி பிடிக்கவருவதே வேலையாயிருந்தது. எனவே அவுரிப்பயிர் நடுவில்தான் எங்கோ குஞ்சுகளிருக்கின்றன என்று ஊகித்தேன். இப்படியிருக்கும் பொழுதே வானம்பாடிகள் எங்களைப் பார்த்து விட்டன போலும்! உடனே ஒரு குருவி எங்கோ பறந்து விட்டது. மற்றொன்று மட்டும் பறந்து போகவும் இல்லை, அவுரி நடுவில் வந்து இறங்கவுமில்லை. ஆனால் சில நிமிஷங்கள் கண்ணில் படும். பிறகு மாயாவித்தனமாய் மறைந்து போகும்.

இப்படியே கொஞ்சநேரம் கழிந்த பிறகுதான், அதனுடைய தந்திரம் எங்களுக்குத் தெரியவந்தது. மிருகங்களும், பக்ஷிகளும் குஞ்சு குழந்தைகளைக் காப்பது போல் நாம் காப்பதில்லை. அவைகளுக்குத்தான் எவ்வளவு அற்புதமான தந்திரமும், முன்னுணர்ச்சியும் ஆண்டவன் அமைத்திருக்கிறான்! முன்போல அவுரிப்பயிர் மேலே வந்து இறங்கினால், அக்குஞ்சுகளிருக்கும் இடம் எங்களுக்குத் தெரிந்துவிடுமாம். நுழைந்து, குஞ்சுகளுக்கு தத்துக்கிளியைக் கொடுத்துவிட்டு, வந்த வழியாகவே திரும்பிப் போனால் நாங்கள் அறியமாட்டோமாம்! என்ன அறிவு!

அப்பால் அவுரிப் பயிர்களை விலக்கிக் கொண்டு, வயலில் நுழைந்து கொஞ்சம் தேடிய பிறகு, நெருங்கி வளர்ந்திருந்த அவுரித் தண்டுகளுக்கிடையில் ஒரு கூட்டில் ஐந்தாறு குஞ்சுகள் இருந்தன. அதில் ஒன்றை எடுத்துவந்தேன். அதுதான் இஸ்ராபேல்.

'வானம்பாடியை எப்படி வளர்ப்பது?' என்றார் ஜமீன்தார்.

'கொஞ்சம் சிரமப்பட்டால்தான் வளரும். காலையும் மாலையும் வானம்பாடியைக் கூண்டுடன், நஞ்சை அல்லது நந்தவனமுள்ள இடத்திற்கு எடுத்துச் சென்று நல்ல காற்று

குருவியின் மீது படச் செய்ய வேண்டும். அங்கேயே கூண்டை சுத்தம் செய்துவிடவேண்டும். பிறகு வீட்டிற்குத் திரும்பி ஒரு குடுவையில் கம்பும், ஒரு குடுவையில் கொஞ்சம் தத்துக் கிளியும், ஒரு கிண்ணியில் ஜலமும் வைத்துவிட்டு, கூட்டைச் சுற்றி துணியால் மூடிக் கட்டி விடவேண்டியதுதான். நடுவில் நடுவில் மேலே சொன்ன ஆகாரம் கொஞ்சம் வைக்கலாம், குருவிகளை வளர்ப்பதில் ரொம்ப கவனம் செலுத்த வேண்டும், இல்லாவிட்டால் பிரயோஜனமே படாது.'

'ஆமாம் பக்கிரி, எனக்கு இது வேண்டுமே.'

'கூட்டைத் துணியால் மூடிய கொஞ்ச நேரத்திற்குப் பிறகு, குருவிக்கு மஜா கிளம்பிவிடும். அதற்கப்புறம் உங்கள் நாரதர் பாட்டுக்கூட இதற்கெதிரில் நில்லாது. வானம்பாடி அல்லாவின் அதிசய சிருஷ்டி! மகாப் பிரபு ! . நான் உயிர் வாழ்வது சாப்பாட்டினாலல்ல. தூக்கத்தினாலல்ல. வாக்கில் ஆண்டவன் திருநாமமும், காதில் வானம்பாடியின் தேன்மடை திறந்த பாட்டும். என் உணவும் உறக்கமுமாகி விட்டன...

'பக்கிரி! நான் கேட்டது காதில் விழலில்லையா ?'

'வானம்பாடிகளுக்கு பதினெட்டு பாஷை தெரியும். எனக்கு இன்னும் ஒரு ஆசை இருக்கிறது.'

பக்கிரி மீது இந்த மாதிரி சமயத்தில் யாருக்கும் கோபம் வரத்தான் செய்யும். தன் கேள்விகளுக்கு பதில் சொல்லாமல் அவன் தன் போக்கிலேயே பேசுவதின் நோக்கமாவது, பொருத்தமாவது ஜமீன்தாருக்கு மட் டும் எப்படித்தெரியும் ?

'பக்கிரி' என்று வெறுப்புடன் அழைத்தார் ஜமீன்தார்.

'மஹாராஜ், அதற்குத்தான் ஜவாப் சொல்லிவருகிறேன். இன்னும் ஒரு ஆசை பாக்கி. அதாவது இஸ்ராபேல் இப்படிப் பாடுவது எனக்கு போதாது. வானம்பாடிக் கூண்டின் மீது வருஷத்திற்கு ஒரு திரை வீதம், ஏழு மெழுகு சீலைத்

திரைவரை அதிகப்படுத்தி, கூட்டினடியில் கல்லைக்கட்டி, கிணற்று ஜலத்தடியில் இறக்கிவிட்டு நாம் குரல் கொடுக்க வேண்டும். அப்பொழுது அது பாடுவதைக் கேட்க வேண்டுமென்று ஒரு பேராசை. அந்த எல்லையளவுக்கு நான் இன்னும் இதை பழக்கவில்லை.'

'ரொம்ப பெரிய யோசனையாயிருக்கிறதே.'

'நீங்கள் இந்த ஜாதி குருவியைப் பற்றி அதிகம் கேள்விப்பட்டதில்லை போலிருக்கிறது. என் ஜோடிதாரி ஒரு வானம்பாடி வளர்த்தான். தெக்கால் உத்ஸவங்களுக்கும், கந்தூரிக்கும் நாங்கள் போவதுண்டல்லவா? அப்பொழுது அவனுடைய வானம்பாடி தவுல், மேளம் இதுகளைக் கேட்டவுடனேயே தலைக்கு பித்தேறி பாட ஆரம்பித்துவிடும். அடாடா! கட்டிலடங்காத சுகத்தை ஆண்டவன் எப்படித்தான் ஒரு எலுமிச்சங்காய் அளவு குருவிக்குள் அடைத்தாரோ ? இப்பொழுதுகூட நாகூர் கந்தூரிக் கூட்டமும், சந்தனக்கூடும், மேளக்கச்சேரியும், எல்லாவற்றிற்கும் மேல் அந்தக் குருவியின் பாட்டும் என் மனத்தில் தோணுது. வானம்பாடிகள் அல்லாவின் அருள் !

அப்பொழுதுதான் உள்ளே இருந்து திரும்பிவந்த சேவகன், ஜமீன்தாரண்டை ஒரு சிறிய பெட்டியை வைத்தான். ஜமீன்தார் பெட்டியைத் திறந்து ஒரு பத்து ரூபாய் நோட்டை பக்கிரியிடம் நீட்டினார்.

'ஆண்டவன் சுகமளிப்பார்' என்று அதை வாங்கிக் கொண்டு வாழ்த்திவிட்டுத் திரும்பினான் பக்கிரி.

ஜமீன்தார் திகைப்படைந்தார். 'ஏன் பக்கிரி! பணத்தையும் கூட்டையும் சேர்த்து எடுத்துக்கொண்டு போனால் ?'

இஸ்ராபேலின் பாட்டுக்காக சன்மானம் கொடுக்கப் பட்டதென்று நினைத்த பக்கிரியின் மனம் திடுக்கிட்டது. பக்கிரி திரும்பினான்.

‘என்ன இனாம் என்ற எண்ணமோ?’ என்று நையாண்டி செய்தார் ஜமீன்தார்.

பக்கிரியின் உள்ளம் நடுநிலைமை அடைந்தது. மறு வார்த்தை சொல்லாமல் நோட்டை சோபாவின் மீது வைத்தான்.

'ரொம்ப முடுக்காய் இருக்கிறீரே பக்கிரி. இந்தக் குருவி எனக்கு வேண்டும்.'

'இதை விற்பதில்லை, வேண்டுமென்றால் வேறு கொண்டு வந்து தருகிறேன்.'

‘எனக்கு இதுதான் தேவை. இந்தா...’ என்று ஐம்பது ரூபாய் நோட்டை நீட்டினார்.

‘எனக்கு பணம் தேவையில்லை. இதைக் கொடுக்கும் எண்ணமும் இல்லை.'

'விலை குறைவு' என்ற தயக்கம்போல் இருக்கிறது.

'ரூபாய் நூறு என்றாலும் சரி, மஹாராஜா! என் இஸ்ராபேல் வராது.'

பணத்திற்கும், முறட்டுத்தனத்திற்கும் அதிகாரத்திற்கும் பணிபவர்களோடேயே ஜமீன்தார் பழகியவரல்லவா ? ஐந்து பச்சை நோட்டை எடுத்து வைத்துப் பார்த்தார்.

'ஐந்நூறு ரூபாய்.'

'மஹாராஜா! அல்லாவின் அடிமைக்கு யாழ்ப்பாணத்து கப்பரையும், இஸ்ராபேலும், ஆண்டவன் நாமமுமே போதும்' என்று வெகு அடக்கமாய் சொன்னது ஜமீன்தாரின் கோபத்திற்கு அங்குசமாயிற்று.

'ஆயிரம் ரூபாய்.'

‘அல்லா ஹூ அக்பர்' என்றான் பக்கிரி.

ஜமீன்தார் வெறிகொண்டு ஸோபாவிலிருந்து பாய்ந்தார். பக்கிரியின் கூட்டைப் பிடுங்கி வீசி எறிந்தார். பக்கிரி விழி திருப்பவில்லை. மூச்சுவிடவுமில்லை. நொறுங்கிய கூட்டை வெறித்துப் பார்த்தான். நல்லவேளை ! இஸ்ராபேலுக்கு யாதொரு ஆபத்துமில்லை. பாழடைந்த வீட்டின் நடுவே முளைத்து, வெளியே தலைநீட்டப் பார்க்கும் செடிபோல், குருவி பாழ்பட்ட கூட்டிலிருந்து திருதிருவென விழித்துக் கொண்டிருந்தது.

பக்கிரியின் முகத்தில் ஓர் அமைதி தவழ்ந்தது. 'இஸ்ராபேல் ! ஆண்டவனே அரசன். கிஸ்மத்தே செங்கோல்' என்று வானைப் பார்த்து வாழ்த்திக் கொண்டிருந்தபொழுதே, 'சிவ்'வென்று இஸ்ராபேல் இறகு விரித்தது.

தெளிவாய்க் கேட்டது அதன் பாட்டு. இருபுறமும் செழித்தோங்கி வளரும் மரங்கள் நிறைந்த ரஸ்தாவில் செக்கச் செவேலென்ற உடலும் கலங்கிய கண்களும், கபந்தனைப் போல் விரித்த கைகளும் கொண்ட ஒருவன் உட் கார்ந்து எல்லாப் பொருள்களையும் எனதாக்குவேன் என்று பேரவாக் கொண்டு கொட்டாவிவிட்டு, ஏங்கும் சப்தம் தொனித்தது. முதலில் ஆட்டிடையர்கள் சோலைகளில் பாடுவதைப் போல் கணீரென்றுதொடர்ச்சியாயும், போகப் போக மலர்களின் வாடை போல் விட்டுவிட்டும், தேய்ந்தும் கடைசியாய் நீரில் பாயும் ஈட்டிபோல் குமிழியற்றும், சுவடற்றும் மாய்ந்தது அப்பாட்டு. எங்கும் அமைதி, அமைதி, அமைதி.

பக்கிரிக்கு தன் நினைப்பு வந்தது. "இஸ்ராபேல்! என் உயிர்க்கூட்டின் இனிமைக் குருவியே!" என்று ஏங்கித் திரும்பினான் ஜமீந்தார் பக்கம்.

'இஸ்ராபேலை இழந்தேன். இதை நானே தருகிறேன்' என்று அவன் பிதற்றிக்கொண்டிருந்த பொழுதே விர்ரென்று யாழ்ப்பாணத்து கப்பறை வந்து ஜமீன்தார் முகத்தில் விழுந்தது.

ஆராய்ச்சி

நண்பர்களே! இப்பொழுது சாயங்காலம், மணி ஆறு ஆகிறது. இன்னும் ஒரு நொடியில் இக்கப்பல் கடலைத் தாண்டிவிடும். மானிடக் கண்களுக்கு மறைந்து விடுவேன். ஆனால் இதைப் படிக்கும் நீங்கள் என்னை பைத்தியமென்பீர்கள். அப்படிச் சொன்னால் இக்குளத்தினடியில் கிடக்கும் என் கட்டைக்கு என்ன கேடு வந்துவிடும்? உங்கள் சிரிப்பும், சீறலும் என்ன செய்யும்? இருப்பினும் உண்மையை உணர, உயிரை வலுவில் ஈந்த என் சரிதம் உங்களுக்கு அறிவை ஊட்டட்டும். புஸ்தகப் பண்டிதர்களை, வாய் வீரர்களை, தத்வதர்சிகளாக்கட்டும். இல்லையேல் இக்கடிதத்தைக் காற்றாடி செய்யுங்கள், பாதகமில்லை!

போன வருஷம் பல புஸ்தகங்கள் படித்ததின் பயனாக புத்தி பழுத்து விட்டது. எந்த ஒரு விஷயத்தையும் பரிசோதனை இல்லாமல் ஒப்புக்கொள்ள முடியாதவனாகி விட்டேன் தைத்த சட்டை என்று சொல்லக்கூடிய ஆஸ்திகக் கொள்கைகள், பழக்க வழக்கங்கள் இவைகளை அனுசரிக்க முடியவில்லை. ஆழ்ந்து ஆராய்தலென்ற சுபாவம் மேலிட்டு நின்றதால், உலகின் தத்வமானது என் மனதிற்கு ஒருவாறு புலப்பட்டது.

அசையும் பொருள்களும், அசையாப் பொருள்களும் தத்தம் சுபாவத்தையும், இச்சையையும் முன்னிட்டு உலகிலிருந்து வரும் நிலமையில், சிறுபிள்ளைத்தனமாய் அனாவசியமாய் ரூபங்களை ஆராதிப்பதும், அர்த்தமில்லாத காரியங்களைச் செய்வதும் எனக்கு வியப்பைத் தந்தன. நீங்கள் கும்பிடும் தெய்வம் கருங்கல்லைத் தவிர வேறென்ன? துளசிமணி, பட்டுப் போன செடியின் துண்டைத் தவிர வேறென்ன ?

தெய்வம் இவைக்குள் புகுந்து கொண்டிருக்கிறதா ? என்றெல்லாம் நினைத்தேன். என் மூச்சில் ஏட்டுச் சுரைக்காயும் கிளிச்சொல் ஆஸ்திகமும் நடுங்கிற்று.

இது பற்றி போன வருஷம் சித்திரை மாதம் தொட்டு, என் ஜீவிய சரித்திரத்தில் புதுப்பேரேடு போடும்படியாகி விட்டது. ஒரு நாள் சாய்மான நாற்காலியின் மேல் படுத்துக்கொண்டு ஒரு மகானுடைய திவ்ய வாக்கியங்களைப் படித்துக் கொண்டிருந்தேன். நீங்கள் அவரை நாஸ்திகர் என்பீர்கள். இருக்கட்டும். புழுதி படிந்த பழய கல்பனைகளைப் புதிய மனிதர்களுக்குச் சொல்வதுதானா தெய்வபக்தி? படித்துக் கிழிந்த புஸ்தகத்தை- காலமென்னும் கரையானால் அரிக்கப்பட்ட நோக்கங்களை மறுபடியும் விற்பதுதானா ஆஸ்திகத் தன்மை ? வாந்தி ஆகாரமாகுமா? பேஷ் !

நீளமாகப் பேசுகிறேனே. நாழியோ ஆகிவிட்டது. சீக்கிரப்படுத்துகிறேன். முன் சொன்னதுபோல் படித்துக் கொண்டிருந்த பொழுது, 353-வது பக்கத்துக்கு வந்தேன். உள்ளும் புறமும் ஒத்த மகான் சொல்கிறார்:

தாகமாயிருக்கும் ஒருவனுக்கு எதிரே தண்ணீர் போல் தோன்றினால் செய்யவேண்டியதென்ன? கைகளைச் சேர்த்து அந்த ஜலத்தைக் கையிலெடுக்க முயன்று பார்ப்பதைத் தவிர நிச்சய ஞானம் பிறப்புவிக்கக்கூடிய மார்க்கமேது? கானல் நீரும் ஜலம் போல் தோன்றலாம். ஆகையால் நின்று தர்க்கிப்பதில் பயனில்லை.'

தேடிய சூக்ஷ்மம் கிடைத்துவிட்டது. புஸ்தகத்தை மூடிவைத்தேன். தெய்வத்திற்கு வல்லமை இருந்தால் புத்தியில் சந்தேகம் எப்படி ஏற்படக்கூடும்? நாஸ்திகம் எப்படி நடமாட முடியும்?.. ...

மறுநாள் முதல் நான் புது ஆளாகிவிட்டேன். நின்று தர்க்கிப்பதில் பயனில்லை என்பதே என் மனதில் பல்லவியாகி விட்டது. ஆசிரியரின் சொற்களை

உள்ளத்தாலும், வாக்காலும், செயலாலும் பின்பற்ற ஆரம்பித்து விட்டேன்.

அதே நாள் இரவு ஊரோசை அடங்கிய பிறகு தேரடிக்குப் போனேன். இரண்டு புட்டி கிரோசினாயிலும் ஒரு நெருப்புக்குச்சியுந்தான் செலவு, தேர் எரிந்து சாம்பலாயிற்று. திரும்பி ஓட்டலுக்கு வந்து படுத்துக் கொண்டேன்; நான் வைத்த பிரவேசப் பரீக்ஷையில் கடவுள் தேறவில்லை. மறுநாள் ஊரெல்லாம் ஒரே அமர்க்களம். தேரை எரித்த 'மகா பாபியின்' பேச்சுத் தான். பாவியின் கை துண்டாகவில்லையே என்றார் சமையல்காரர். கண் குருடாகவில்லையே என்றார் ஹோட்டல் முதலாளி. கடவுள் கலியுகத்தில் நேரே ஆஜராக மாட்டார் போலும்! சரிதானா சொல்வது?

மற்றொரு ஊரில் கடவுளுக்கு இரண்டாம் தரம் பரீக்ஷை வைத்தேன். மூன்று சித்திரைத் தேர்களை ஒரே இரவில் கொளுத்தினேன். கோவிலுக்கு வெளியே இருக்கும் கற்சிலைகளின் மீது சாம்பலையும் சாணியையும் பூசினேன். நந்தி சமீபத்தில் எலும்பையும், நரம்பையும் இறைத்தேன். மௌனஸ்வரூபி மறுபடியும் மௌனம் சாதித்து விட்டார். இரண்டாம் தடவையும் எனக்கு ஜயம்.

மூன்றாம் தரம் பின் ஒரு ஊரில் டிகாணா போட்டேன். அவ்விடத்தில் எனக்குக் கொஞ்சம் அசௌகரியம் ஏற்பட் டது. வெளியே எங்கும் போகமுடியவில்லை. கிளப் ஹாலில் உட்கார்ந்து எல்லோருமாகப் பேசிக்கொண்டிருந்தோம். ஒரு காலேஜ் பையன் 'பார்த்தீர்களா இதை' என்று படிக்கத் தொடங்கினான்.

'அடுத்த பக்கத்தில் நமது நிருபர்கள் எழுதியனுப்பி யிருப்பதை படிக்கும் பொழுது உண்மையான ஆஸ்திகர் களின் ரத்தம் கொதிக்க இடமிருப்பினும் எமக்கு அவைகள் வியப்பையாவது, கோபத்தையாவது விளைவிக்கவில்லை. ஏனென்றால் இதே பத்திரிகை வாயிலாக அநேக முறை நம்முடைய மதம், கொள்கைகள் இவைகளைப் பற்றி

முன்னெச்சரிக்கை செய்திருக்கிறோம். பெண்ணாசை, பொன்னாசை, மண்ணாசை பிடித்த மேனாட்டு நாகரிகத்தை கண் மூடித்தனமாக நம்மவர்கள் சுவீகாரம் செய்து கொண்டிருப்பதின் பலனாக ஏற்படும் வாழ்க்கை--விகாரங்கள் பலவற்றுள், நமது நிருபர்கள் குறிப்பிடும் சம்பவங்களும் ஒன்றென்பது நமது கொள்கை.தேரை கொளுத்துவதை விட அக்ரமமான செயல்கள் நமது நாட்டில் நடப்பதாக கேள்விப்பட்டால் கூட நாம் வியப்படைய மாட்டோம். வேரிருக்க இலையைக் கோபிப் பதில் பயனென்ன ? மேனாட்டு நர்ஸ்திகம், நாகரிகம் இப்பேய்கள் நம்மைப் பிடித்திருக்கும் வரையில் இப் படித்தான். சுயராஜ்யமென்னும் பூசாரியோ இருக்கும் இடம் தெரியவில்லை. அந்தோ பரிதாபம்!'

இதைப் படிக்கக் கேட்டதும் எனக்கு சிரிப்புத் தாங்கவில்லை. படிப்பிற் சிறந்த பத்திராதிபருக்குக் கூடவா, மசி எழுத்துக்கள் வெடிகுண்டு ஆகாதென்று தெரியவில்லை என்று மனதினுள் சொல்லிச் சிரித்தேன். என்னை அறியாமல் சிரிப்பு மீறியதைப் பார்த்துப் பக்கத்திலிருந்தவர்கள் கூட சிறிது திடுக்கிட்டுப் போனார்கள்.

மறுநாள் உடம்பு நேராகி விட்டது. வேறு யோசனை தோன்றிற்று. எட்டரை மணிக்குச் சாப்பிட்டுவிட்டு வெளியே கிளம்பினேன். பல தெருக்களின் வழியாக திரிந்துவிட்டு கடைசியாகக் கோவிலை அடைந்தேன். அன்று சட்டைகிட்டை போட்டுக் கொள்ளவில்லை, இடுப்பில் ஒரு நாலுமுழ வேஷ்டியும் மேலே ஒரு துண்டும்தான். கோவிலுக்குள் எல்லோரையும்போல் இடுப்பில் சவுக்கத்தைக் கட்டிக்கொண்டு நுழைந்தேன். சுவாமி சன்னதியில்,

துவாரபாலகர்கள் சமீபத்தில், யாளி நிழலும் கல் தூண் நிழலும் கலக்கும் சிற்றிருட்டில் உட்கார்ந்து கண்களை மூடி ருத்ராக்ஷப் பூனையானேன்.

குருக்கள் அர்த்தஜாமப் பூஜை ஆரம்பித்தார். யந்திரம் சுழல்வது போல் அர்த்தமாவது, உணர்ச்சியாவது இன்றி பூஜையை ஓட்டினார். ஜலத்தை வாரிக் கொட்டினார். மணி அடித்தார். கையைக் காட்டி நைவேத்தியம். கற்பூரம் கொளுத்தினார்..... இல்லையா, சோடச உபசாரம் எல்லாம் ஆயிற்று.

ஒவ்வொருவராக சுவாமி பார்க்க வந்தவர்கள் வெளியே போனார்கள். குருக்கள், சுவாமி சன்னதியை பூட்டினார். அத்தருணம் நான் அம்மன் சன்னதிக்குச் சென்று கர்ப்பக்கிரஹத்திற்குள் பாய்ந்து இருட்டில் ஒளிந்துக் கொண்டேன். நாழியாய் விட்டது என்று சொல்லி கொண்டே ஓட்ட ஓட்டமாய் அம்மன் பூஜையை முடித்தார் குருக்கள். பிறகு இரண்டு எண்ணுவதற்குள் அம்மன் சன்னதி மூடப்பட்டது.

அப்பொழுதுதான் ஒரு புது பயம் உண்டாயிற்று. அடுத்த க்ஷணம் பழய ஆசிரியரின் உருவம் கண்முன் தோன்றிற்று. பழய துணிச்சல் வலுவுடன் திரும்பிவந்தது. சாவதானமாக கர்ப்பக்கிருஹத்தை நிதானித்தேன்.

எனக்கெதிரே சிவசக்தி என்கிறீர்களே அது. நெற்றியில் சந்தனமும்,நெருப்புத் துண்டைப் போன்ற ஒரு சிகப்புத் திலகமும். உடலின் மீது தோம்புப் புடவை. அதில் கொண்டு போய் எப்படியோ ஒரு மஞ்சள் மேலாக்கை ஓட்ட வைத்திருந்தது. கழுத்தில் சில்லரை நகைகளும் மணம் சொரியும் மலர்மாலையும். விக்ரகத்தின் முகத்தைக் கூசாமல் பார்த்தேன்.

உருவத்தை மறந்து அதை ஆக்கிய சிற்பியின் சிருஷ்டி கற்பனையில் ஈடுபட்டேன். கல்லில் குணமில்லை; அதை உருவாக்கிய சிற்பியின் வல்லமையே வல்லமை என வியந்து கொண்டிருந்தேன். எதிரிலிருந்த சர விளக்குகள் சிரித்தன. அடுத்தாற்போல் கெங்காளம், சாமரம், தென்னை நார், எண்ணெப்பிசுக்கு, பல்லி முதலிய பல கண்ணில் பட்டன.

வந்த காரியத்தை முடிக்க வேண்டாமா? அம்மனை சமீபித்தேன். தோம்புத் துணியையும் களைந்தெறிந்தேன். காலில் ஏதோ வழவழா வெனப்பட்டது உடல், காற்றில் ஆடும் நெற்பயிர்போல் நடுங்கிச் சிலிர்த்தது. தைரியமாய் இடுப்பிலிருந்த உளியை எடுத்து விக்ரகத்தின் முழங்கால் சில்லில் ஊன்றினேன்.

ஒரு பல்லி சொட் சொட்டென்றது. சுடுகாட்டு மௌனம் தாண்டவமாடிற்று. உளி தவறி கீழே விழுந்தது. எடுப்பதற்குக் குனிந்தேன். வாழைப்பழத் தோல் வழுக்கி விழுந்தேன். மெதுவாய் எழுந்தேன். மார்பு நெல் மிஷினைப் போல் அடித்துக் கொண்டது. சரவிளக்குகள் மறுபடி இளித்தன.

அடெ! நானா பயந்தவன்? . .. ஒவ்வொரு விளக்காய் அணைத்தேன். அதற்குப் பிறகு அடே அப்பா!..... ஒரே நக்ஷத்திர வெள்ளம். அதன் மேலே அநேக நெருப்புச் சூலங்கள், வேல்கள். விக்ரகத்தைச் சுற்றி ஒரு சிறு தீத்தெரு. எல்லாவற்றிற்கும் மேல் ஒரு மேகக் கூட்டம்.

மின்னல் அதில் சரேல் சரேலெனப் பாய்ந்தது. அச் செவ்வொளியில் சிவசக்தி ஒரு புன்சிரிப்பைப் பூண்டது. கால்கள் துவள, விக்ரகத்தை அணுகினேன். பல்லி மறுபடியும் பேசிற்று. திடீரென்று கட்டிடம் இடிந்து விழுவது போல் பேரிடியொன்று முழங்கிற்று. மின்னல் வாள் கண்ணைப் பறித்தது. சோகம் போட்டு விழுந்தேன்..

எவ்வளவு நேரம் கழித்து எனக்குப் பிரக்ஞை திரும்பி வந்ததென்று சொல்லத் தெரியாது. தெளிந்த பின்னும் நக்ஷத்திரங்களும், தீத்துண்டுகளும் விக்ரகத்தைச் சுற்றி சுழன்று வந்தன. சுவரின் மேல் விழுந்த என் நிழலும், படுதாவின் நிழலும் பூத சொரூபத்தோடு என்னைப் பரிகசித்தன, பயம் தாங்க முடியவில்லை. படுதாவால் முகத்தை மூடிக்கொண்டு அதற்குள் பதுங்கினேன்.

சுமார் அரைமணி அப்படியே இருந்திருப்பேன். பிறகு வெளியே குருக்களின் குரல் கேட்டது. அம்மன் சன்னதியை

திறந்து வைத்துவிட்டு சிவன் சன்னதிக்குச் சென்றார். நான் வெளியே வந்தேன். கிழக்கு நன்றாக வெளுத்திருந்தது. ஆற்றில் ஸ்நானம் செய்து விட்டு ஹோட்டலை அடைந்தேன்

இன்று முழுவதும் மனதில் குழப்பம். உண்மையை அறிந்த நிச்சயமுமில்லை. கடவுளைப் பார்த்த அமைதியுமில்லை. சந்தேகம்- ஆழ்ந்த, தீராத, தொலையாத சந்தேகம். இரவில் கண்டதெல்லாம் பயத்தில் தோன்றிய கனவு என்ற ஒரு எண்ணம். ஆனால் பார்த்தேனே என்ற எதிர் எண்ணம் அடுத்தாற் போல். இப்படியே பகல் முழுதும் கலக்கம். சந்தேகம் சாகாதா என்று ஏங்கி ஏங்கி அழுதேன்.

மழை இருட்டில் மின்னல் போல் நின்று தர்க்கிப் பதில் பயனில்லை என்ற மகா வாக்கியம் திடீரென்று உள்ளத்தில் எழுந்தது. உயிரென்னும் மாளிகையில் எஜமானனைக் காணோம்; வெளிப்பட்டு போய் பார்ப்போம் என்ற முடிவு பளிச்சிட்டது..

நண்பர்களே ! ஆதியில் சொன்னதுபோல், இப்பொழுது சாயங்காலம். இந்தக் குளம் மூச்சில்லாமல் கிடக்கிறது. காற்றென்னும் நாமதேயம் பூண்டற்றுப் போய்விட்டது. கோவில் கோபுரம் அதோ எட்டிப் பார்க்கிறது. இன்னும் சிறிது நேரத்திற்குள் வானவீதியில் நக்ஷத்திரங்கள் பூத்துவிடும் ; பூமியைக் கூர்ந்து பார்க்கும். இக்குளக்கரையில் கிடக்கும் தாள்களைக் கண்டு வியப்படையும். ஆனால் என்னை மட்டும் காணாது போகட்டும். நேரமாகிறது. நல்ல வேளையாய் உங்கள் கோவிலில் மணியும் அடிக்கிறது. நண்பர்களே நின்று தர்க்கிப்பதில் பயனில்லை.

மருதாணி விரலெங்கே? அழகெங்கே?

ராமு தீக்ஷதரும் இன்னும் இரண்டு பேருமாக ஸ்தல யாத்திரை செய்து கொண்டு, முந்தாநாள் கும்பகோணத்திற்கு வந்தார்கள். பொழுது போக்க காவிரிக்கரையில் வந்து உட்கார்ந்தார்கள். தீக்ஷதர் வகையரா உட்கார்ந்திருந்த இடத்திற்கும் பத்தடி தள்ளி ஒருவர் சுவரில் தலையை வைத்துச் சாய்ந்து கொண்டிருந்தார். அவர் தலையெல்லாம் சடை. கண்களில் பேய் ஒளி. ஆனால் முகத்தின் முழுத்தோற்றம் சாத்வீகத்தையும் கருணையையும் குறித்தது. இவர்களைப் பார்த்தவுடன் ஒரு பெரிய பித்தளைச் சங்கிலியை சமீபத்தில் நகர்த்தி வைத்துக்கொண்டு எழுந்திருந்து உட்கார்ந்தார்.

ராமு தீக்ஷதர் தன் நண்பர் ஒருவரைப் பார்த்து 'இந்த ஊரிலே, ஒரு வீட்டில் பில்லி சூன்யம் வைத்திருந்தாளாமே--அது என்ன ஆச்சு தெரியுமா?' என்று கேட்டார்.

அதற்கவர், 'அந்த எழவெல்லாம் நான் காதில் போட்டுக் கொள்வதே கிடையாது. பேய், சூன்யம், ஏவல் இதைத் தவிர உமக்கொன்றும் ரசிப்பதில்லை. எனக்கோ இம்மாதிரிப் பேச்சுகளென்றால் எங்கேயாவது லண்டனுக்குப் போய்விட்டால் தேவலை போலாகி விடுகிறது. பிசாசாவது பயத்தங்காயாவது?' என்று பதில் சொன்னார்.

அடுத்தாற்போலிருந்த மற்றவர் சங்கிலியை கிலு கிலுவென்று சப்தப்படுத்திக் கொண்டு சமீபத்தில் நெருங்கிப் போய் உட்கார்ந்து கொண்டார்.

'சுவாமிகளே! நான்தான் சங்கிலிச்சாமி; தொழில் மாந்திரீகம்; நீங்கள் சொன்ன வார்த்தை பொறுக்கவில்லை. சீமையிலே - நீங்கள் போகவேண்டுமென்று சொன்ன லண்டனிலே--பேய்,

பிசாசுகள் வாஸ்தவமென்று ஒப்புக் கொண்டிருக்க, இந்தியாவிலே- அதுவும் கும்பகோணத்திலே-அவைகளைப் பொய்யென்று ஆக்ஷேபித்தால், சுண்ணாம்புக் காளவாய் தான் தண்டனை. பேய்களின் புகைப்படமே இருக்குதே பார்த்ததில்லையா? என்றார்.

பிறகு ராமு தீக்ஷதரைப் பார்த்து, தணிந்த குரலில் 'நீங்கள் கேட்டீர்களே, அந்த வீட்டு சமாசாரம்--அதை நான்தான் பார்த்து வருகிறேன். போன அமாவாசை முதல் பதினைந்து நாட்களாயிற்று. ஒன்றும் வழிக்கு வந்தபாடில்லை. என் பெயரே கெட்டுப் போகும் போலிருக்கிறது. உங்களுடைய நண்பர் ஏதோ பயந்தவன்...' என்று சொல்லி கடைசி வார்த்தையை முடிக்கவில்லை.

அதற்குள் யாரோ ஒருபெண்; இருபது வயதிருக்கும்; விருவிரென்று வந்து சங்கிலிச் சாமியார் முன்பு அமர்ந்து கொண்டாள். முகமெல்லாம் பிழிந்து விட்டது போலிருந் தது. ஆனால் ஒரு காலத்தில் அழகியாய் இருந்திருப்பாள். தலைமயிர் எண்ணெய் காணாமல், கோரை போல் தோள்மீது புரண்டது. கீழேகிடந்த சங்கிலியைத் திடீரென்று பாம்பு போல் கழுத்தில் போட்டுக் கொண்டு, தீப்பொறி பறக்க ஆரம்பித்தாள்.

ஏ! சங்கிலிச்சாமி! 1757ம் வருஷம் மே மாதம் 19ம தேதி 11-25க்கு வெட்டுப்பட்டு இறந்து போன சுபேதார் படுவெட்சிங்கின் ஆவி நான். நான் உடலுடன் கூடி வசித்து வந்த காலத்தில் வீதி சுற்றி வரும்போது, ஒரு கோஷாப்பெண் வாசற் கதவைக் கொஞ்சம் திறந்து கொண்டு தெருவாசல் கூட்டினாள். பெண்ணினுடைய கால் விரல் சிகப்பு கண்ணில் பட்டது. விரலின் அழகைத் தூக்கி அடித்தது மருதாணி அழகு. கால் விரலே இப்படியென்றால், பெண்ணைப் பற்றி விவரிப்பானேன்? ஆசைப் பைத்தியம் விழுங்கி விட்டது. இரண்டு தருதலைத் தேவடியாளிடம் தலா இருபது வெள்ளி கொடுத்து, சொல்லி, எப்படியாவது பெண்ணை வசப்படுத்தி வரும்படி உத்திரவிட்டேன். அவர்களும் அப்பெண்ணுக்கு

அநேக ருசிகரமான தின்பண்டங்கள் வரிசையாய்க் கொண்டு போய்க் கொடுத்து, விஷயத்தைத் தெரிவித்தார்கள். முதல் நாள் பதிலே கிடைக்கவில்லையாம். மறுநாள் முதல் முப்பது நாளும் ஏராளமான பட்டுகளும் கண்ணைப் பறிக்கும் நகைகளும், தங்கக் கிளிகளும், ஓயாமல் கொடுத்தனுப்பி வந்தேன். அந்தப் பெண் வெறும் அசடு. இல்லை ; கல் நெஞ்சு, ஒன்றுக்கும் அசையவில்லை.

இப்படியிருக்கும்பொழுது, அப்பெண்ணின் கணவன் எனக்குக் கட்டுப்பட்ட சிப்பாய் மானோஜி ராவ் என்று தெரிந்தது. அவனுக்குப் பாரா முதலியது போடுவதில் லேசாக இருந்தால் ஒருவேளை காரியம் கைகூடுமென முதலில் நினைத்து,வெகு நாள் லேசாகவே பாரா போட்டு வந்தேன். ஒருவித லாபமும் கிடைக்கவில்லை. வரவர எனக்கு அதிருப்தி அதிகரித்தது. கடைசியாக ஒரு தீர்மானம் செய்தேன். சிப்பாய்களுக்குப் பாரா குறிக்கும் நாள் வந்தது.

'மானோஜி ராவ்! நீர் அடுத்த வாரம் தொடங்கி ஐந்து நாள் சந்தாக்காட்டில் பாராயிருக்க வேண்டியது' என்று உத்திரவு போட்டேன்.

மானோஜி ராவுக்கு முகம் தொங்கிவிட்டது.

வீட்டிற்குப் போய்ச் சேர்ந்தான். உணவு செல்லவில்லை. உறக்கம் வரவில்லை. சீக்குப் புறாவைப் போல் சுணக்கமாய் உட்கார்ந்திருந்தான். அழகுப் பெண் குரலுக்கு-அவள் அழகுப் பெயர் தெரியுமா? காமலதா- அழகுப் பெண் குரலுக்கு ஆனந்தப்படவில்லை. அவர்கள் பேசிக்கொண்டார்கள்.

‘என்ன சுணக்கம், சுவாமி?'

'ஒன்றுமில்லை. அடுத்த வாரம் சந்தாக்காட்டுப் பாரா, உன்னைப் பிரிய நேருதே -- அதற்கு மனமில்லை. அதுதான் காரணம்.'

'சரி; அதற்காக வருத்தப்படுவானேன்? நானும் வந்து விடுகிறேன்.'

'நீ பாராவுக்கு வரக்கூடாது ; சட்டவிரோதம்.'

'சட்ட விரோதமா? அப்படியென்றால் உங்கள் கை வாளால் என்னைக் கொன்றுபோடுங்கள்.'

'என்ன? என்ன சொல்லுகிறாய்? புரியவில்லையே உன் பேச்சு!...பைத்தியம் கியித்தியமா?'

இல்லை, இல்லை. உடம்பு சரியாகத்தானிருக்கிறது. உங்கள் சுபேதார் மேஜர் படுவெட்சிங் மூன்று மாதமாக என்பேரில் வலைவீசி வருகிறான். ஒவ்வொரு நாளும் இங்கே வரும் சேலைகளுக்கும், தின்பண்டங்களுக்கும் அளவே கிடையாது. இதுவரையில் சுபேதார் மேஜருக்கு கட்டுப்படவில்லை. என்னை உத்தேசித்துத்தான் முந்தி உங்களுக்கு லேசான பாராவும், இப்பொழுது சந்தாக்காட்டுப் பாராவும் போட்டிருக்கிறானென நினைக்கிறேன். ஆகவே, நீங்கள் மட்டும் சந்தாக்காட்டுக்குப் போனால், என் கற்புக்கு பாக்கு வைத்தாகி விடும். ஒன்று கற்புப் பிச்சை கொடுத்து சந்தாக்காட்டிற்கு அழைத்துப் போங்கள். இல்லையென்றால் கற்புக்கு பலியென்று இங்கேயே முடித்துவிடுங்கள். என்ன சொல்லுகிறீர்கள்?'

'பெண்ணே! அழாதே. நீ தெய்வப் பிறப்பு. பயம் வேண்டாம். நான் சொல்லும் யுக்தியைக் கேள். நீ இங்கேயே இரு. நான் பாராவுக்குப் போகிறேன். அன்றைய இரவே ஒருக்கால் சுபேதார் உன்னிடம் வருவான். அடுத்த மூன்றாவது நாள், வியாழக்கிழமை ராத்திரி பதினோரு மணிக்கு வரும்படி சொல்லிவிடு. நான் அப்பொழுது வந்து ஜவாப் சொல்லிக் கொள்ளுகிறேன். ஞாபகமாக மட்டும் வாசற் கதவைத் தாளிடாமல் வைத்திரு. நமது குலதெய்வம் பவானி சக்தி காப்பாற்றும் ..'

இந்தப் பேச்செல்லாம் நடந்ததற்கு ஒரு வாரம் கழித்து, என் உத்திரவுப்படி மானோஜி சந்தாக்காட்டுப் பாராவுக்குப் போய்விட்டான். அன்றிரவே காமலதா வீட்டுக்குப் போனேன். என்னைப் பார்த்தவுடன் பெண் என்றுமில்லாமல், அபூர்வமான பரிவுடன், 'சுபேதாரே! வரவேணும். இந்த ஏழைமேல் மோகம் கொண்டீரே- அதற்கு ரொம்ப சந்தோஷம். எல்லாவற்றிற்கும் காலம் கூடினால் தானே? இதுவரையில் காலம் ஒத்துக் கொள்ளவில்லை, தயவுசெய்து தாங்கள் நாளை வியாழக்கிழமை இரவு பதினோரு மணிக்கு வந்தால், மனதைக் குளிர வைக்கிறேன்' என்றாள்.

என் சந்தோஷத்தைச் சொல்ல வார்த்தையுண்டோ, சங்கிலி !

வியாழக்கிழமை இரவும் வந்தது.

வீட்டு ரேழியில் காமலதா என்னை வரவேற்றாள். என்ன ஜாலக்காரியடா- தங்கக்கத்தியை வெல்வெட் உறையில் மறைத்தது போல்! ஆனால், அதெல்லாம் பிறகு தானே தெரிந்தது? 'பைடோஜி' என்று சொல்லி விட்டுப் பெண் உள்ளே போய்விட்டாள்.

மெத்தையில் போய் உட்கார்ந்து கொண்டு, வேலை யில்லாமல் ஒருதரம் வெற்றிலை போட்டுக் கொண்டேன். காமலதா உள்ளுக்கும் கூடத்திற்குமாக உலாவிக் கொண்டிருந்தாள். 'ஏன் உலாவவேண்டும்? உட்காரக் கூடாதா?'

'இல்லை. உள்ளே பால் காய்கிறது. இறக்கிவைத்து விட்டு வருகிறேன்' என்று பதில் சொன்னாள்.

இந்த நிலைமையில், கொடி மின்னல் தரையில் தயையோடு தவழ்வது போன்ற அவளுடைய உடலழகைப் பார்த்ததில் அடைந்த மயக்கத்தோடு வெற்றிலை பாக்கு வெறியும் சேர்ந்து நான் தூங்கிவிட்டேன் போலும். பிறகு நடந்த விஷயங்களில் பல எனக்கு நேரில் தெரியாது. ஆவியாய்ப் போன பிறகு, அக்கரையில் அவைகளை விசாரித்துத் தெரிந்து கொண்டேன்.

இப்படியிருக்க, சந்தாக்காட்டுப் பாராவில் மானோஜி ராவ் இருப்புக் கொள்ளாமல் எழுந்திருப்பதும், உட்காருவதும், அர்த்தமில்லாமல் சீட்டியடிப்பது மாயிருந்தான். அவனை மற்றொரு பாராக்காரன் கவனித்தான். 'என்ன தம்பி, மானோஜி! உடம்பு என்ன பண்றான்' என்றான்.

'ஏதோ தூக்கம் வருது. தலை கிர்ரென்குது. என் நம்பரை வைத்துக்கொண்டு பாராக் குடு சின்ன தூக்கம் போட்டுட்டு வருகிறேன்' என்றான் மானோஜி 898 நம்பர் சம்மதி கொடுத்தான்.

மானோஜி சந்தாக்காட்டை விட்டு ரஸ்தாவுக்கு வந்து, தன்னுடைய வெள்ளைக் குதிரையில் ஏறிக் குதிரைக்குச் சிமிட்டாக் கொடுத்தான். ஏழு மைலையும் இருபது நிமிஷத்தில் விழுங்கிவிட்டு, வீடு வந்து சேர்ந்தான். தாளிடாமல் இருந்த கதவின் வழியாய் உள்ளே வந்தான். நான் வெல்வெட் ரஜாயின் பேரில் தூங்குவதைப் பார்த்தான். கோப வெறியேறிக் கத்தியின் வீச்சினால் என்னை ஐந்து பாகமாக்கிவிட்டான், ஒரு சுபேதார் ஐந்து பேரானார். நான் வெட்டுப்பட்ட தென்னவோ மானோஜி வீட்டில்தான். ஆவி பிரிந்தது மட்டும் சந்தாக் காட்டில். எப்படி சமாசாரம்? என்னை வெட்டின துண்டங்களை மூட்டை கட்டிக் கொண்டு, திரும்ப குதிரையில் சந்தாக்காட்டிற்கு வந்தான். 'உடல் சுபேதாரே! குளத்தின் கீழ் தூங்கும். தலை சுபேதாரே! தாழங்காட்டில் வாசனை பாரும். கை சுபேதாரே! புல்தரையைத் தடவிப்பாரும். இப்படியெல்லாம் விஷமமாகச் சொல்லிட்டு, முண்டங்களை மூலைக்கொன்றாய் எறிந்தான். இதெல்லாம் முடிந்ததும் கைகால் சுத்தி செய்துகொண்டு, பிறகு பாராவுக்கு உஷார் கொடுக்கப் போய்விட்டான். 898 ம் நம்பர் மானோஜியின் அரை மணி தூக்கத்தைப் பார்த்து அதிசயித்தான்.

அடுத்தநாள் பொழுது விடிந்தது. ராஜாவை எழுப்ப சுபேதார் ஆஜரில்லை. ராஜா எழுந்திருந்த பிறகு தான் குண்டு போடவேண்டிய வழக்கமான படியால், குண்டும் போடப்படவில்லை. காலை மணி பத்தாயிற்று. ராஜாவும் பாய்சாப்பும் எழுந்திருந்தார்கள். 'சுபேதார் எங்கே காணோம்? மோசமாய்ப் போச்சுதே!' என்றார்.

ஊரில் சுபேதார் மேஜரைத் தேடச் சொன்னார். ஒரு புலனும் தெரியவில்லை. ராஜாவின் பாய்சாப்பு மட்டும் நான் கண்டுபிடிக்கிறேனென்று சபதம் கூறினாள்.

இரண்டு மாதம் கழித்து ஒருநாள் மூடு பல்லாக்கில் காற்று வாங்கச் சந்தாக்காட்டுப் பக்கம் எதேச்சையாய் வந்தாள் ராணி பாய்சாப்பு. ரொம்ப தைரியசாலி; கூர்மையான மூக்கு; சந்தாக்காட்டில் ஒரு நாற்றம் மெதுவாய் அடித்ததைக் கவனித்தாள். நான் காற்று ஸ்வரூபமாய் அங்கே வசித்ததால், 'ஹே ராஜேஸ்வரி! மானோஜியை உஷாராயிருக்கச் சொல்லுங்கள்' என்று கத்தினேன்.

பாய்சாப்பு திடுக்கிட்டாளே ஒழியப் பயப்படவில்லை. பல்லக்கைக் கீழே வைக்கச் சொல்லிவிட்டு, ஆள்களைத் தாழங்காட்டில் தேடச்சொன்னாள். தலை, கை இவைகளின் பாக்கியும், என்னுடைய பேர் போன பச்சைத் தலைப்பாகையின் கந்தலும் அகப்பட்டன. அவைகளைப் பத்திரப்படுத்தினாள் ராணி.

மறுநாள் இரவில் ரகசியமாய் மானோஜியின் சம்சாரத்தை அழைத்துக் கொண்டு வரச்சொன்னாள். காமலதா அரண்மனைக்கு வந்தாள்

'பெண்ணே! உங்கள் வீட்டு குட்டு வெளிப்பட்டு விட்டது. சுபேதார் எங்கே? உண்மையைச் சொல்லுகிறாயா இல்லையா? என்று ராணி கேட்டாள்.

'மகாராணி! என் கருகமணிக்கு அபாயமில்லை யென்று வாக்களித்தால், ஏதாவது பதில் வரும். இல்லா விட்டால்...'

‘ஆகட்டும். உன் கருகமணியும் என் கருகமணியும் ஒன்று: இது சத்தியம்; உண்மையைச் சொல்லு.'

'மகாராணி! எங்கள் வீட்டிற்கு இரண்டுபேரை அனுப்பி, பரணியிலிருக்கும் பானைகளை எடுத்துவரச் சொல்லுங்கள். பிறகு சொல்லுகிறேன்.'

அந்தப்படியே ராணியின் ஆட்கள் போய் பானைகளைக் கொண்டு வந்தார்கள். மானோஜியின் மனைவி பானையிலிருந்த பட்டுக்களையும் நகைகளையும் எடுத்து, கீழே பரப்பி வைத்துவிட்டுச் சொல்லியதாவது: நம் சுபேதார் மேஜர் ஒரு மாத காலமாக இந்த எழவெல்லாம் கொடுத்து என்னை மயக்கப் பார்த்தார். அம்மா! பெண்களுக்கு ஐவேஜி கற்பு. அதை காப்பாற்றி விட்டேன். கடைசியாக சுபேதார் முயற்சியைப் பற்றி என் புருஷனிடம் சொன்னேன். அவர் மேஜரைக் கத்திக்கு இரையாக்கிச் சந்தாக்காட்டுத் தாழைக் கிடங்கில் எறிந்து விட்டார். இதுதான் கதை' என்று நமஸ்காரம் செய்து காமலதா நிறுத்தினாள்...

மறுநாள் ராஜா தர்பாரிலிருந்தார். மந்திரி முதலியோர் சூழ்ந்து நின்றார்கள். எல்லோருடைய முன்னிலையிலும் மானோஜி ராவுக்கு ராஜா இழைப்பு வேலை மிகுந்த ஒரு புது தங்கக் கத்தியை இனாம் கொடுத்து, சுபேதார் மேஜர் வேலைக்கு உயர்த்தினது மல்லாமல் சந்தாக் காட்டையும் தத்தம் செய்தார். மானோஜியின் சந்தோஷம் பூரித்தது.

அப்பொழுது 'மானோஜி! உன் ஆட்டம், பாட்டு, சிலுப்பல்- இதெல்லாம் எவ்வளவு நாளைக்கு?' என்று எனக்குள்ளேயே சொல்லிக்கொண்டேன்.

கொஞ்ச நாளுக்குள், சந்தாக்காட்டில் இன்பக் கனவு போல் - பெரிய சிறகு விரித்த நாரை போல்-ஒரு புதிய திவ்ய கட்டிடத்தை உண்டாக்கினான் மானோஜி. காம லதாவுடன் நல்லநாளில் கிரஹப்பிரவேசம் செய்தான். இதற்குப் பெயர்தான் பழம் நழுவிப் பாலில் விழுவது- தெரியுதா?

அருங்கோடை ஆரம்பித்த பிறகு ஒருநாள் என் அழகுப்பெண் - அப்படிக் கூப்பிட்டால் தான் எனக்கு திருப்தி- குளக்கரையில் வந்து, ஒரு சண்பக மரத்தடியில் ஒரு மைனாக் குருவியுடன் பேசி விளையாடிக் கொண்டிருந்தாள். பெண்ணைக் குளக்கரையில் பார்த்ததுதான் தாமதம். புயல் காற்றுப் போல் பழய காதல் ஞாபகமும் வந்துவிட்டது. காற்றுடன் அருகில் சென்று, 'அழகுப் பெண்ணே! மருதாணி விரலெங்கே?' என்றேன். 'யார்?' என்று வினவினாள். சுற்றுமுற்றும் பார்த்தாள் திகைப்புடன்.

'காதல் பித்தன் சுபேதார் படுவெட்சிங்கின் ஆவி' என்று அழுத்தமாய்ச் சொன்னேன். அவ்வளவுதான். மரத்திலிருந்து கீழே விழும் அணில் போல், தொப் பென்று கீழே விழுந்து மூர்ச்சையானாள்.

அன்று மத்யானம் தன் விடுதிக்குத் திரும்பி வந்த மானோஜி, மனைவியைக் காணாமல் மலைப்புற்று அங்குமிங் கம் தேடினான். குளத்தினருகில் கிடப்பதைக் கேள்விப் பட்டு வந்து பார்த்தான். பாவம்! என்ன செய்வான்?

ஆனால் என்னைப் பார்த்தாலும் தான் இரக்கம் வரவேண்டும்! வெறும் அழகுக்குத் தானே நானும் ஆசைப்பட் டேன்? மானோஜி என்னைக் கொன்றது நியாயமா- நீ சொல்லு?...

பிறகு காமலதாவின் முகத்தில் ஜலம் வாரி அடித்தான். அவள், 'மருதாணி விரலெங்கே? அழகெங்கே?' என்று கேட்டுக்கொண்டே எழுந்திருந்தாள். மானோஜி ராவுக்குத் தூக்கிவாரிப் போட்டது. கண்களில் நீர் தாரை யாய்ப் பெருகிற்று. நல்ல சமயம் வாய்த்ததென்று அசரீரி வாக்கில் 'டேய் மானோஜி! இவ்வளவு நாள் காமலதா உன் மனைவி. இனி அவள் என் அழகுப்பெண். அவள் உள்ளத் தாமரையில் சுபேதார் படுவெட்சிங்கின் ஆவியாகிய நானே தேனீ போல் ரீங்காரம் செய்வேன். அம்முரளியின் தேன் கோப்பையைச் சூரையிட்டுக் கள்ளுண்டு தள்ளாடுவேன். பணம் கிணம் இனி நீ செலவழிக்காதே. இவ்வளவுதான் உன் பொசிப்பு' என்று

சுட்டது போல் சொன்னேன். மானோஜி என்னவோ ஆகாசத்தைப் பார்த்துவிட்டு, ஏதோ முணுமுணுத்துக் கொண்டே பெண்ணை அழைத்துக் கொண்டு போய்விட்டான்.

மானோஜி மூடன் ; அஞ்ஞானி ; சொன்ன பேச்சைப் பொருட்படுத்தினால் தானே? ஊரிலிருக்கிற சித்த வைத்தியர், அரண்மனை வைத்தியர், ஆரிய வைத்தியர் எல்லோரையும் அழைத்து வைத்தியம் செய்தான். வியாதி யிருந்தாலல்லவா போகும்? பிறகு மந்திரவாதிகளின் கூட்டம். பாவம்! அழகுப் பெண்ணுக்கு எத்தனை அடி. உதை, பச்சை ஜலம் அபிஷேகம்! இதற்கெல்லாமா மசிவேன்? சூரியன் மேற்கே உதிக்கலாம்; மலைகள் சிறகு விரித்துப் பறக்கலாம் ; இந்த ஆவி மட்டும் அழகுப் பெண் சாகும் வரையில், அவள் ஆவியோடு ஆவியாய், ஒளியோடு ஒளியாய், கலந்திருப்பதைக் கலைத்துவிட யாருக்கும் எப்பொழுதும் முடியாது. நான் கிளி, அவள் கூண்டு. அவள் இறந்த பிறகும் கூட அநேக ஜன்மங்களாய், பகல் இரவைக் கட்டி அணையத் தேடி ஓடுவது போல், அவளையே தொடர்ந்து போகிறேன் அவளுக்குக் கணவனாகும் பாக்கியம் கிடைக்கவில்லை; வேறுவித நட்பும் ஏற்படவில்லை.

இப்பொழுதும் அப்படித்தான்; சங்கிலி ! இதோ உனக்கு முன் நின்று பேசிக்கொண்டிருக்கிறாளே- இந்தச் சரீரம்தான் அழகுப்பெண்ணின் ஏழாவது ஜன்மம். அவளை மனைவியாய் அடையும் மட்டில் விடமாட்டேன். என்னை என்னவோ விரட்டி அடிக்கலாமென்று உன் கை வரிசையைக் காட்டாதே சங்கிலி! இந்த இடத்தில் பலிக்காது. இவள் என் அழகுப்பெண்! மருதாணி விரலெங்கே? அழகெங்கே?'......

இப்படிச் சொல்லி முடித்தாள் அந்தப் பெண். பிறகு தன் கழுத்தில் போட்டுக் கொண்டிருந்த பித்தளைச் சங்கிலியைக் கழற்றித் தடாரென்று எறிந்துவிட்டு, அப்படியே ஓடிவிட்டாள். ராமு தீக்ஷதர் முகத்தில் எமதரிசனம் கிடைத்தால் எவ்வளவு திகிலுண்டோ அவ்வளவும் எழுதியிருந்தது.

'ஹூம்' என்று சங்கிலிச் சாமியார் பெருமூச்சு விட் டார். ராமு தீக்ஷதரைப் பார்த்து 'இவள் தானய்யா நாம் பேசிக் கொண்டிருந்த பெண்!' என்று பித்தளைச் சங்கிலியை மூன்று தரம் குலுக்கிவிட்டு எழுந்திருந்து போய் விட்டார்.

விழிப்பு

பத்து வருஷங்களுக்கு முந்தி ஒரு அமாவாசை. நானும் என் தகப்பனாரும் ஆற்றங்கரைக்குச் சென்று ஸ்நானம் செய்து விட்டுப் படிக்கட்டேறினோம். ஆற்றங் கரை மண்டபத்தில் காவித்துணி தென்பட்டது. என் தகப்பனாருக்கு சந்நியாசியென்றால் பிராணன். நாங்கள் அருகில் சென்றோம். ஒரு அதிவர்ணாச்சிரமி தென்பட் டார். காவிக் கோவணம் மட்டும் கட்டிக் கொண்டு சுகாசனத்தில் அமர்ந்திருந்தார். தண்டம், கமண்டலம் யாதொன்றையும் காணோம். பக்கத்தில் ஒரு கயிற்றுக் கொடியில் இரண்டு காவிச் சவுக்கங்கள் உலர்த்தப்பட் டிருந்தன. அவருடைய முகத்தின் பரம சாந்தத்தை எதிலும், எங்கும் நான் கண்டதில்லை. தகப்பனாரும் நானும் வந்தனம் செய்தோம்.

'எங்கள் வீட்டிலே பிக்ஷை செய்யவேண்டும்' என்று என் தகப்பனார் கேட்டுக்கொண்டார்.

'என்ன ஐயர்வாள் ! ஈர வேஷ்டியோடு சொல்லுகிறீரே' என்று சுவாமிகள் சிரித்தார்.

தகப்பனார் வெட்கிப் போய் விட்டார்.

"மன்னிக்க வேண்டும், தெரியாமல் செய்துவிட்டேன்."

'நான் விளையாட்டுக்குச் சொன்னேன். நீங்கள் வீட்டுக்குப் போய் உலர்ந்த வேஷ்டி கட்டிக்கொண்டு வாருங்கள்; பேசுவோம்.'

நாங்கள் வீட்டுக்குப் போய்த் திரும்பி வந்தோம். சுவாமிகள் சொன்னார் :

'அப்பா, என்னைப் பிக்ஷைக்கு அழைத்த வரையில் சந்தோஷம். நேற்று இரவுதான் இந்த இடத்துக்கு வந்தேன். அதுமுதல் நீ ஒருவன் தான் வந்து இந்த சந்நியாசியைப்பற்றி சிரத்தை காட்டியிருக்கிறாய். அது உனக்கு நல்லது. ஆனால் ஒன்று சொல்வேன். இந்த ஊர் உருப்படாது. என்னைப் பற்றிய வரையில் கவலையே கிடை யாது- நான் சாப்பிடுவதில்லை. வேறு யாராவது கர்ம சந்நியாசிகள் வந்து கவனிப்பாரற்று இங்கு கிடந்தால் எப்படி இருக்கும் ! மஹாராஜாக்களைப் போன்ற மடாதிபதிகளுக்குப் போய் கொட்டிக் கொடுக்கும் ஜனங்கள் ஏழை சந்நியாசிகளைத் திரும்பிப் பார்க்க வில்லையென்றால் பாபம் யாரைச் சாரும்?''

நாங்கள் சும்மா இருந்தோம்.

'நாழியாகிறது. நீங்கள் போய்ச் சாப்பிட்டு விட்டு வரும்பொழுது கொஞ்சம் பொறியிருந்தால் கொண்டு வாருங்கள், போதும். அவ்வளவுதான் ஆகாரம்' என்று சொன்னார்.

அன்றுமுதல் பள்ளிக்கூட நேரம் தவிர என்னைச் சுவாமிகளண்டை தான் காண முடியும்- எனக்கு அவரிடம் அவ்வளவு அபாரமான பிரேமை உண்டாகிவிட்டது

நான் தான் தினம் அவருக்கு அவலோ பொறியோ எடுத்துக் கொண்டு போவேன். அவர் பாட்டுக்கு ஆற்று ஜலத்தைப் பார்த்துக் கொண்டு ஆனந்தமாய் மணிக்கணக்காக உட்கார்ந்திருப்பதும், வெண் நிலவில் கட்டையைப் போல் அரச மரத்தடியில் படுத்துக் கிடப்பதும், நிராசையாய்க் காலம் தள்ளுவதும் எனக்கு ரொம்ப இன்பமாயிருக்கும். அவர் பாடிக் கேட்க வேண்டும், சதாசிவேந்திரருடைய கீர்த்தனைகளை அவருக்கும் என்னிடம் மிகுந்த அன்பு.

ஒரு நாள் அவரை, 'உங்களுடன் வந்து விடுகிறேனே' எனக் கேட்டேன்.

'அதற்கென்ன பிரமாதம்!'

அடுத்த நாள் எஸ்.எஸ். எல்.ஸி. பரீக்ஷை தேறியவர் ஜாப்தா வந்திருப்பதாகக் கேள்விப்பட்டேன். எனக்கு பகீரென்றது. இரண்டாவது வருஷம். இந்தத் தடவையேனும் பரீக்ஷை தேறவேண்டுமே என்று கடவுளைப் பிரார்த்தித்துக் கொண்டே பள்ளிக் கூடத்திற்குப் போனேன்.

தலைமை உபாத்தியாயர் அறையில் நான் நுழைந்ததைப் பார்த்தும் கூட அவர் என்னை கவனிக்கவில்லை. 'சார்! எனக்கென்ன ஆயிற்று?' என்று நம்பரைச் சொல்லிக் கேட்டேன்.

அவர் ஜாப்தாவைப் புரட்டிப் பார்த்துவிட்டு உதட்டைப் பிதுக்கினார். அவ்வளவுதான். பள்ளிக்கூடத்தை விட்டு வெளியே வந்தேன். தெருவிலே தோழர்கள் கூட் கூட்டமாய் நின்று கொண்டிருந்தனர். இராக் காலத்து தூங்குமூஞ்சி மரங்களின் இலைகளைப் போல் ஒடுங்கி துன்பப்பட்ட முகங்கள் எவ்வளவு! அந்திநேரத்து மந்தாரை போல் விரிந்து மகிழ்ச்சியடைந்த முகங்கள் எவ்வளவு ! என் மனதிலே வேதனை குடைந்தது. ஆனால் ஒரே கணத்தில் அது மறைந்து, பரவிவரும் ஒளியைப் போல் ஓர் எண்ணம் தானே எழுந்தது. அதுதான் கடவுள் காட்டும் வழியெனத் துணிந்து நேரே ஆற்றுக்குச் சென்றேன்.

மண்டபத்தில் சுவாமிகளைக் காணோம். கொடிக் கயிற்றையும் காவித் துணியையும் காணோம். வெறிச் சென்று குழந்தையில்லா வீடு போலிருந்தது. பரீக்ஷை தவறியது கூட அவ்வளவு துன்பம் தரவில்லை. எனக்குத் தெரியாமல் சுவாமிகள் சென்று விட்டது என்னை வதைத்தது, அவருடன் கூட வந்துவிடட்டுமா என்று முந்திய நாள் நான் கேட்டதிலிருந்து பயந்து கொண்டு கிளம்பி விட்டாரோ என்னவோ என்ற சந்தேகம் தோன்றிய பொழுது என் துயரம் மட்டிழந்தது. பரீக்ஷையோ தவறி விட்டது. தகப்பனார் முகத்திலேயோ விழிக்க முடியாது. பிறர் வந்து பையனுக்குப் பரீக்ஷை தேறவில்லையா என்று அவரை துக்கப் பிரச்னை கேட்கும் பொழுது எப்படி அதே வீட்டிலிருந்து கொண்டு

சகித்துக் கொள்ள முடியும்? இதை எல்லாம் உத்தேசித்து ஒரே வழிதான் உண்டு, ஏ மனமே! என்று நிச்சயப்படுத்திக் கொண்டு அங்கிருந்து கிளம்பிவிட்டேன்.

ஒரு வாரம் வரையில் எங்கெல்லாமோ சுற்றினேன். எப்படியெல்லாமோ சாப்பிட்டேன், உறங்கினேன். கடைசியாக எட்டாம் நாள் மாலை அவரைக் கண்டேன். கண்டதும் அப்படியே சாஷ்டாங்கமாய் விழுந்து நமஸ்கரித்தேன்.

'என்ன குழந்தை!' என்றார்.

'என்னை ஏமாற்றப் பார்த்தீர்களே--நான் என்ன பிசகு செய்தேன்?'

'அசட்டுப் பையா! நாளைக்கு இன்னது வருமென்று தெரியாதா? அப்புறம் பழியை என்மீது சுமத்துவார்களென்று கிளம்பிவிட்டேன்.'

'இனிமேல் விடமாட்டேன், நான் உங்களோடேயே வருவேன். உங்களைப் போலவே நானும் ஆகவேண்டும்.'

'உனக்கெல்லாம் வேண்டாமடா அந்தத் தலை எழுத்து. அது ரொம்ப ரொம்ப ரொம்பக் கஷ்டம்.'

'சுவாமிகளே! எனக்கோ புத்தி கட்டை. படிப் பென்றால் பிடிக்கவில்லை. வரவுமில்லை. இந்தத் தடவையும் பரீக்ஷை தவறிவிட்டது. வயிற்றுக்காகத்தானே படிப்பு. பசியால் யாரும் செத்துப் போய்விட்டதாகக் கேள்விப்பட்டதில்லை. எனக்கு உலக வாழ்க்கையே வேண்டாம். ஆனந்தமாய் நீங்கள் எனக்குக் காவி கொடுத்து விடவேண்டும்.'

'குழந்தை! இந்த ஆஸ்ரமத்தைஅதுவும் இந்த நாட்களில்... பரிபாலிப்பது கடினம்...உனக்குப் பக்குவம் போதாது, சொல்வதைக் கேளு.'

'என்ன சொன்னாலும் திரும்பிப்போகப் போவதில்லை.'

'உன் தகப்பனார் தேடமாட்டாரா?'

'மூன்று பிள்ளைகளில் ஒன்று குறைந்தால் மோசமா? பரீக்ஷையில் தேறாவிட்டால் அவர் முகத்தைப் பார்க்கக் கூடாதென்றிருக்கிறார்... நான் உங்களை விட்டுப் போக மாட்டேன்.'

சுவாமிகள் என் பிடிவாதத்தைப் பார்த்தார். கருணை ததும்பும் குரலில் 'நாளைக்குத் தெரியும் நான் சொல்வதன் உண்மை' என்றார்.

அது முதல் அந்தச் சுவாமிகளோடு எவ்வளவு நாடுகளும் காடுகளும் சுற்றியிருக்கிறேன் ! நள்ளிரவில் பயமற்று எவ்வளவு மலைக்குகை களிலிருந்திருக்கிறேன்! குகையில் எதிரொலி எழுப்பும் எவ்வளவு கடுங்குரல்களைக் கேட்டிருக்கிறேன்! இப்படியே சஞ்சாரம் செய்து கொண்டு இரண்டு வருஷங்களுக்கு முந்தி ஹிமோத்கிரிக்குப் போய்ச் சேர்ந்தோம். இவ்வளவு காலம் ஊர் சுற்றியது போதும், கொஞ்ச காலம் சமாதி பழகுவோம் என்றார்.

மலைச்சாரலில் ஒரு அழகிய குகை. பக்கத்தில் ஒரு சிறு நீர்வீழ்ச்சி. தலையை எடுத்து நிமிர்ந்து பார்த்தால் விண்ணை முட்டும் மரங்கள். இன்னும் எட்டாக்கையில், நீறு பூசிய நெற்றி போன்று மேகங்கள் கவிந்த மலைச் சிகரங்கள். அது ஏற்ற இடமென்று எங்கள் ஆஸ்ரமத்தை அங்கு அமைத்தோம். எங்களைப் போலவே வேறு சிலர்களும் அந்தப் பிரதேசத்தில் ஆஸ்ரமங்களை அமைத்திருந்தனர்.

ஒவ்வொரு நாளும் அதிகாலையில் எழுந்து ஸ்நானம் செய்துவிட்டுச் சற்று சும்மா உட்கார்ந்திருப்பேன். அதற்குப் பெயர் தான் தியானமென்றிருந்தேன். சுவாமிகள் பாட்டுக்கு ஒரே இடத்தில் உட்கார்ந்து கிடப்பார். அவர் கண் மூடியிருக்கும். பிறகு நான் குகையை விட்டுக் கிளம்பி ஒரு மைல் தூரத்திலுள்ள தர்மசாலைக்குச் சென்று பாலும் சப்பாத்தியும் வாங்கிக் கொண்டு வருவேன். சுவாமிகள் கண்விழித்த பொழுது அவரெதிரில் அவற்றை எடுத்து

வைப்பேன். வேண்டியதை எடுத்துக் கொண்டு பாக்கியை அவர் வைத்துவிடுவார். நான் கொஞ்சம் எடுத்துக் கொள்வேன். நடுப்பகலில் படுத்திருப்பார்; ஆனால் தூங்கமாட்டார். நான் சிலநாள் தூங்குவேன். இல்லாவிட்டால் அடுத்த ஆஸ்ரமத்திற்குச் சென்று ஏதேனும் தத்வ விசாரம் செய்து விட்டுத் திரும்புவேன்; மாலை நான்கு மணிக்குப் பிறகு எட்டு மணி வரையில் அவர் சமாதியிலிருப் பார். நான் நீர்வீழ்ச்சிக்கருகே உட்கார்ந்து கொண்டிருப்பேன். சுக்லபக்ஷ இரவாயிருந்தால் நிலவில் லயித்தும், கிருஷ்ண பக்ஷமாயிருந்தால் காளி மீது கீர்த்தனங்கள் பாடியும் பொழுதைக் கழிப்பேன்.

இப்படியிருக்கும்பொழுது அனாமானந்த் என்ற பைராகியின் பழக்கம் எனக்கு ஏற்பட்டது. அவர் அடுத்த ஆஸ்ரமக்காரர். அவர் எனக்கு ஒரு பைராகினியை அறிமுகம் செய்து வைத்தார். அவளுக்கு இருபது வயதுக்கு மேலிருக்காது. கடைந்தெடுத்தது போன்ற உடல். கார்த்திகை மாதத்து ஆற்றுப்பெருக்கில் மிதக்கும் விளக்கைப் போல் சுடர்விட்டெறியும் கண்கள். அவள் முழுத்தோற்றத்திலே ஒரு தனி சோபையும் அலக்ஷியமும் வழிந்து கொண்டிருந்தது. அவளுடைய முந்திய வாழ்க்கையைப் பற்றி விசாரித்ததில் அவள் கணவன் சிலவருஷங்கள் அவளோடு இருந்து விட்டுத் திடீரென ஓரிரவில் கிளம்பிப் போய்விட்டார். எங்கோ சந்நியாசியாய், காஷ்ட மௌனத்தைக் கைக் கொண்டு பனிக்கட்டி நிறைந்த பிரதேசத் தில் இருப்பதாய்க் கேள்விப்பட்டுத் தானும் பைராகினியாய் விட்டாள்.

யோகினிதேவி பைராகினியாகி இரண்டு மூன்று வருஷங்களாகியும் எங்கெங்கோ சாதுக்களையெல்லாம் தரிசனம் செய்து உபதேசம் பெற்றும் மனதில் இன்பம் பிறக்கவில்லை. இப்படித் தவித்துக் கொண்டிருந்த பொழுதுதான் அனாமானந்த் எங்கள் சுவாமிகளைப் பார்த்துப் பரம திருப்தியடைந்து யோகினிதேவியிடம் அவரைப் பற்றிச் சொல்லியிருந்தார்.

ஒருநாள் சுவாமிகளைத் தரிசனம் செய்யும் பொருட்டு யோகினிதேவியை அனாமானந்த் அழைத்து வந்தார். அப் பொழுது காலை நேரம். சுவாமிகள் குகையில் சமாதியில் இருந்தார். குகைக்குள் எட்டிப்பார்த்து விட்டு யோகினி தேவி தான் கொணர்ந்த பழத்தையும் புஷ்பத்தையும் வைத்துச் சென்றாள். மறுநாள் நடுப்பகலில் வந்தாள். நானும் சுவாமிகளும் சேர்ந்தாற்போல்,

‘கேலதி பிண்டாண்டே--பகவான்
கேலதி பிண்டாண்டே’

என்று பாடிக்கொண்டிருந்தோம். யோகினிதேவியைப் பற்றி அனாமானந்த் சுவாமிகளுக்குத் தெரிவித்தார்.

அதுமுதற்கொண்டு யோகினிதேவி அடிக்கடி சுவாமிகளைப் பார்க்க வந்து கொண்டிருந்தாள். சில நாட்களுக்குப் பிறகு சுவாமிகள் அவளுக்குப் பஞ்சதசாக்ஷரியும் லலிதா சஹஸ்ரநாமமும் உபதேசம் செய்துவைத்தார்.

அதிலிருந்து யோகினிதேவி வலுவாகச் சாதனை செய்யத் தொடங்கிவிட்டாள். இரண்டு மூன்று மாதங்களுக்குள்ளே அவள் மனது நன்றாய் ஒருமுனைப்பட்டு இன்பத்தின் ஊற்றுக் கண்ணைத் தொட்டுவிட்டது.

அந்த நாட்களில் என் மனது பளிங்கு போலாகி விட் டதாக நான் நினைத்து வந்தது கனவென்றறிந்தேன். யோகினிதேவியின் பால்யமும் அழகும் என் மனதை எங்கேயோ வேரறுத்து விட்டது. மனதிலே இந்த மாதிரி குழப்பம் தோன்றிய மறு நிமிஷமே என் அறிவு படமெடுத்துச் சினங்கொள்ளும், நான் பாறையில் முட்டிக் கொள்வேன் ; கன்னத்தில் அறைந்து கொள்வேன். என்ன பயன்? இயற்கையின் மாயாஜாலத்தைக் கண்டவர் அநேகர்; வென்றவர் ஒரு சிலரே. நான் முதல் வகுப்பினன். இயற்கையின் மகாசக்திக்கு முன்னே நான் எம் மட்டு? இப்படியே மனது தெளிவதும் குழம்புவதுமாய்க் காலத்தை ஓட்டினேன்.

ஒரு பௌர்ணமி. பட்டப் பகலைப் போல் நிலவெரித்துக் கொண்டிருந்தது. ஆற்று நீரில் நீந்திச் செல்பவர்களின் அவிழ்ந்த தலைமயிரைப் போல் நிலவு வெள்ளத் தில் மரங்களின் கிளைகள் மிதந்து கொண்டிருந்தன. காற்று முயல் பாய்ச்சலில் சென்றது. பிரும்மாண்டமான உப்பு முட்டுகள் போல் மலைத்தொடர்கள் எழுந்தன.

எங்கள் குகைக்கு வெளியே ஒரு தடுக்கைப் போட்டுக் கொண்டு இயற்கையின் வனப்பைப் பருகிக் கொண்டிருந்தேன். என் உள்ளக்கூட்டிலே ஏதோ தத்தளித்துக் கொண்டிருந்தது. மர நிழல், வெண் நிலவு இவற்றினிடையே பிறந்து இன்பத்தையும் துன்பத்தையும் தூண்டுகிறதல்லவா மர்மமான குழலோசை ஒன்று ? ஜனச்சந்தடியும் இயற்கையின் மௌனமும் நம்மைப் பித்தாக்குகிறதல்லவா?

சுவாமிகள் அப்பொழுது என்றுமில்லாதவாறு எங்கோ சென்றிருந்தார். என்னருகில் 'பாபா!' என்று குரல் கேட்டது. யாரெனத் திரும்பினேன். சிறிய நீர் வீழ்ச்சியைப் போல் நின்றாள் யோகினிதேவி. பிரமித்துப் போய்விட்டேன். அன்னை என்றல்லவா நினைத்திருக்க வேண்டும்? மனது மான் போலத் தாவிற்று. தடுக்கை விட்டு எழுந்திருந்து கிட்டத்தில் நகர்ந்தேன். ஆ! என்ன ஏமாற்றம்! ஒருவரையும் காணோம். இந்த மாதிரி விருத்தி எப்படிப் பிறந்ததென்று யோசனை செய்தேன். இருவருடைய சித்தம் ஒருமைப்பட்டால் பரஸ்பர எண்ணங்களும் அவாவும் சித்தக் கண்ணாடியில் பிரதிபலிக்கு மென்ற மனோதத்வம் ஞாபகத்திற்கு வந்தது. ஒருவேளை யோகினிதேவியும் என்னைப்பற்றி அதே நேரத்தில் நினைத்துக் கொண்டிருக்கிறாளோ என்று எண்ணி அவள் ஆஸ்ரமத்தின் பக்கம் நோக்கிக் கிளம்பினேன்.

ஆசிரமத்தின் கதவு ஒருக்களித்திருந்தது. சந்தடிசெய்யாமல் உள்ளே நுழைந்தேன். ஒரு தர்பாசனம் மட்டும் மேலேயிருந்து தொங்கிக் கொண்டிருந்தது. தரையிலே ஒரு கமண்டலம். முற்றத்தைப் போன்ற ஒரு இடைவெளியின் நடுவிலே ஒரு

சிறுத்தைத் தோலின் மீது கண் களை மூடியவாறு யோகினிதேவி இன்பநிலவின் அதிஷ்டான தேவதை போல் பத்மாசனத்தில் உட்கார்ந்து தியானம் செய்து கொண்டிருந்தாள். அவள் கட்டியிருந்த காவித்துணி முழங்கால் மட்டும்தான் வந்திருந்தது. உடலிலே துணியில்லை. பக்கத்தில் ஒரு காவிச் சவுக்கம் கிடந்தது.

அப்படியே நின்று கண்கொட்டாமல் பார்த்துக் கொண்டிருந்தேன். அப்படிப் பார்க்கலாமா? மகா பாபமில்லையா என்றால் வாஸ்தவம்தான். ஆனால் என்னைஉணர்ச்சியல்லவா விழுங்கியிருந்தது? ஜகத்தில் இரண்டு பால்களையும் அவற்றுள் கவர்ச்சியையும் படைத்த மூல சக்தியல்லவா என்னுள் இயங்கிக்கொண்டிருந்தது. அந்தச் சக்தியை வென்ற பெரியோர் எங்கள் சுவாமிகளைப் போல் வெகு சிலரே. எனக்கு வல்லமை ஏது?...அப்படியே அந்தக் காட்சியில் லயித்துப் போய்விட்டேன். நடுவிலே நடுவிலே, என் மனக் கண்ணின் முன்பு அங்கே யோகினிதேவி தோன்றியது போல் இங்கே அவளுடைய அகக்கண்ணின் முன்பு என் உருவம் தோன்றித் தோன்றி மறைந்து கொண்டிருக்கக் கூடுமல்லவா என்ற எண்ணம் தலை காட்டிக் கொண்டிருந்தது.

கூரையிலிருந்து மரப்பல்லி ஒன்று தொப்பென்று விழுந்தது. யோகினிதேவி உலுக்கி விழுந்து கண்ணைத் திறந்து பார்த்தாள்--முதலில் என்னையும் பிறகு பல்லியையும். ஆனால் வாயைத் திறக்கவில்லை. உடலின் மீது துணியைப் போர்த்துக் கொள்ள முயலவுமில்லை.

என் எண்ணத்திற்கு ஆதரவிருப்பது போல் உணர்ந் தேன். அடி எடுத்து வைத்து அவளண்டை நெருங்கினேன். அவளுடைய சூடான மூச்சு என்மீது பட்டது.

'பாபா!' என்றாள் யோகினிதேவி.

உயர்ந்த வீணையின் மேல் ஸ்தாயிகளில் சஞ்சாரம் செய்து கொண்டிருக்கும் பொழுது தந்திக் கம்பிகள்அறுந்து போனால்

பிறக்கும் நெட்டுயிர்ப்பின் துயரம் அவள் குரலில் தொனித்தது.

அவளுடைய நீண்ட கண்களால் என்னைப் பார்த்தாள்- தலையைச் சற்று பின்புறமாகத் தள்ளி ஒரு நொடி கண்ணை மூடினாள். அந்த நிமிஷத்திலே எழில் நிறைந்த உமையின் தவக்கனல் அவள் முகத்திலே வீசிற்று. அவளுடைய நெற்றியிலிருந்த விபூதி கற்பூரம் ஏற்றி வைத்ததைப்போல் பிரகாசித்தது.

என் நெஞ்சிலே அற்புதமான வேதனை ஒன்று பிறந்தது. 'ஜே! மாதா!' என்று சாஷ்டாங்கமாக விழுந்து நமஸ்கரித்தேன். என் கண்ணீர்த் துளிகள் அவள் காலில் பட்டன. 'அரே பாபா!' என்று என்னைத் தூக்கி நிமிர்த்தப் பார்த்தாள். எடுத்தேன் ஓட்டம்.

திரும்பக் குகைக்கு வந்தபொழுது சுவாமிகள் ஒரு தடுக்கைப் போட்டுக் கொண்டு வெளியே உட்கார்ந்திருந் தார். அவரைப் பார்த்ததும் என் துயரம் கரைபுரண்டு விட்டது. அப்படியே அவர் காலில் விழுந்து கோவென்றழுதேன்.

'சுவாமி! வெறும் கட்டக்கசுங்காய். தங்கள் நிழல் மீது என் நிழல் கூடப் படக்கூடாது—அவ்வளவு கேவலம்! இதைத்தான் நீங்கள் ஆதியிலேயே குறிப்பிட்டீர்கள். நான் பிடிவாதம் செய்தேன். இப்பொழுது தெரிந்துவிட்டது. யோகினிதேவியின் முகத்திலும் உங்கள் முகத்திலும் விழிக்க எனக்கு யோக்யதை கிடையாது. நான் போய்விடுகிறேன்.. உத்தரவு கொடுங்கள்' என்றேன்.

'அப்பா குழந்தாய்! நீ விழித்துக்கொண்டு விட் டாய்...இனி அபாயம் வராது' என்று சமாதானம் சொன்னார்.

'இந்த மனதை இனி நம்பமாட்டேன்' என்று கிளம்பி விட்டேன்.

இப்பொழுது கொஞ்சம்கூட பயமில்லை. மிதந்தாலும் அமிழ்ந்தாலும் கவலையில்லை. ஏனெனில் நான் ஒரு நாடோடி.

முள்ளும் ரோஜாவும்

மிராசுதார் ராமநாதனுடைய மனைவி கமலம் நல்ல அழகு. அழகுப்போட்டி நமது தேசத்திலிருந்தால் முதற் பரிசு அவளுக்கே கிடைக்கும். அதனுடன் கூர்மையான புத்தி, தங்கமான குணம். தற்காலத்துப் பெண்கள் பலரைப்போல் அசட்டுத் தமிழ் நாவலில் ஏறக்குறைய நூறாவது படித்திருந்தாள். எனவே பின்னால் வந்த கோளாறுக்கு முதல் வேர் அவைகளிடையில் பிறந்திருக்க வேண்டுமென்று நினைத்தால் அது பிசகாகாது.

ராமநாத சாஸ்திரியோவெனில், பார்வைக்கு விகாரந்தான்; சந்தேகமில்லை. போதாக்குறைக்குப் பெரியம்மையின் சேஷ்டையால் பழய கோலி போல் சொள்ளை மூஞ்சி. ஈசுவரன் போட்ட முடிச்சினால் இருவரும் சதிபதியானார்கள். முழுமுதல் குயவனுடைய மூளை மயக்கத்திற்காவது கைப்பிழைக்காவது மஹமாயித் தாயாரின் கூத்துக்காவது ராமநாத சாஸ்திரியா ஜவாப்? இந்த அல்ப விஷயம் கமலத்தின் மனதில் படவில்லை. உடலழகு என்னும் பொய்ப்படுதா கண்ணை மறைத்தது. தவிர ராமநாத சாஸ்திரிக்கு வேண்டிய அளவு ஐவேஜியும் மேல் நாட்டுப் படிப்பும் உயர்ந்த குணமும் இருந்தும் அவர் சற்று கர்நாடகமாக நடை உடையில் இருந்து வந்தது பொய்ப்படுதாவுக்கு வர்ணம் வேறு பூசியது போலாயிற்று.

இந்த நிலையில் புருஷனுடைய ஆத்ம வனப்பை அறியும் சக்தி மனைவிக்கில்லையென்றால் அது இளமையின் இயல்பு அன்றி வேறென்ன?

மற்றொரு பிசகு என்னவென்றால், எதிர்வீட்டில் ஜகந் நாதன் (செல்லப்பெயர் ஜகம்) வசித்ததுதான். அவன் சங்கீதப் பிரியன். சொக்கிய கண்களையுடையவன் ஊருக்குள் அழகுக்கு உதாரணம். பார்க்கப்போனால் அதனால் கூட தோஷமில்லை; பெரும் பிசகென்னவென்றால் இம் மூவர்களும் பால்ய சிநேகிதர்களாக இருந்ததுதான். வயது முதிர்ந்தும்கூட இவர்கள் நட்பு தொடர்ந்து வந்தது. கமலத்திற்குச் சில நூதன கீர்த்தனங்கள் சொல்லிக் கொடுக்கும்படி ராமநாதன் தன் நண்பனைக் கேட்டுக் கொண்டது சற்று முன்யோசனையற்ற காரியந்தான். பின்னால் நடந்ததைக் கவனிக்கும் பொழுது கமலத்தின் மன உறுதி நாள்படவே பலவீனப்பட்டிருக்க வேண்டுமென்று நினைக்கவேண்டியிருக்கிறது.

ஏதோ ஒருநாள் மாலை. ராமநாதனைப் பார்ப்பதற்காக ஜகந்நாதன் வந்தான். நண்பன் ஊரிலில்லை என்று தெரிந்ததும் திரும்பிப் போக எத்தனித்தான்.

'என்ன அவசரம்? உட்காரு, போகலாம். எனக்குப் போது போகவில்லை. பாரதி பாட்டு என்கிறார்களே; ஒன்று பாடு கேட்போம்' என்றாள் கமலம்.

'தொண்டை கூடச் சரியாக இல்லை' என்று மறுத்துப் பேசினான். கமலம் நட்பின் சலுகையால் பிடிவாதம் செய்தாள். சரியென்று ஆரம்பித்ததும் அவன் வாயில் வந்தது,

'சுட்டும் விழிச்சுடர்தான்--கண்ணம்மா
சூரிய சந்திரரோ ?
வட்டக் கரிய விழி - கண்ணம்மா
வானக் கருமை கொல்லோ?
பட்டுக் கருநீலப்—புடவை
பதித்த நல் வயிரம்
நட்ட நடுநிசியில்-தெரியும் நக்ஷத்திரங்களடீ !'

என்னும் பாட்டு.

பாட்டின் ஓரடி முடியுமுன்னமே ஜகந்நாதனுடைய தொண்டை கரகரவென்றது. ஓரடி முடிந்ததும் பாக்குச் சீவலை வாயில் போட்டுக் கொண்டான். வெற்றிலைக்குச் சுண்ணாம்பு தடவினான்; கொஞ்சம் அதிகமாகவே தடவி விட்டான்.

'என்னப்பா! சங்கராந்திக்குச் சுண்ணாம்பு அடிப்பது போல் இருக்கிறதே!' என்று சொல்லி விட்டுக் கமலம் வெற்றிலைக்குச் சுண்ணாம்பிட்டுக் கொடுத்தாள். எதிர் பாராமல் அவள் கை ஜகத்தின் கையின் மேல் பட்டது. அவனுள்ளத்தில் குபீலென்று ஒரு திகில் பிறந்தது. மறு கணம் அது மாறி மறைந்துவிட்டது. கமலத்தின் மன நிலை எப்படியோ--கடவுளுக்குத்தான் வெளிச்சம்! ஒரு கால் அப்பொழுது தான் உள்ள உறுதியின் நடுக்கதவு திறக்கப்பட்டதோ என்னவோ !

பசித்தவன் பழங் கணக்குப் பார்ப்பது போல் ஜகம் ஏதேதோ சிந்திக்கலானான். விஷயங்களையெல்லாம் புது வியாக்யானத்துடன் மனனம் செய்தான். 'அன்று என் மேல் சரிகை முந்தாணி வீசவில்லையா, அது என்ன? மூன்றாம் நாள் கோணலாகச் சிரித்தாளே, அதற்குப் பொருள் என்ன? அனாவசியமாய்க் கால் மெட்டிகளின் பொன்னோசை உரத்துக் கூவுவானேன்? கைவளை குலுங்கு வானேன்?'

மௌனமாய் ஐந்து நிமிஷங்கள் சென்றன. வீட்டிற்குப் புறப்படும் அறிகுறியாக மேல் வேஷ்டியை எடுத்து உதறினான். 'இரு, போகலாம்; என்ன வேலை வீட்டில்?' என்றாள் கமலம். அவனுக்கு என்ன செய்வதென்று தெரியவில்லை. மண்ணைக் காலால் கிள்ளினான். முற்றத்தைப் பொருளின்றி நோக்கினான். தன்னைச் சுருக்கிலிட்டுப் பழிசுமத்தவென்றே ஆரவாரித்து வந்த கோடையிடியையும் மழையையும் பார்த்து நாடி ஒடுங்கினான்.

அதற்குள் பல்லாங்குழியை எடுத்துவந்து, 'மழை தான் பெய்கிறதே. இரண்டாட்டம் போடுவோமா?' என்று

கேட்டாள் கமலம். இரண்டோர் ஆட்டம் விளையாடு முன்னமே விளையாட்டில் ஈடுபட்டு விட்டான் ஜகந்நாதன். தன்னை அறியாமலே,

'சோலை மலரொளியோ-உனது
சுந்தரப் புன்னகைதான் ?
நீலக் கடலலையோ- உனது
நெஞ்சி லலைகளடீ ?
கோலக் குயிலோசை--உனது
குரல் இனிமையடீ!'

என்று பாட்டின் இரண்டாம் பாகமும் வந்துவிட்டது. தன் குரலையும் பாட்டையும் கேட்டுத் திடுக்கிட்டான். அந்தச் சந்தர்ப்பத்தில் அந்தப் பாட்டும் தன் தீங்குரலும் பொருத்தமற்றனவென்று நினைத்து அரைகுறையாய் அப்படியே நிறுத்தினான். தன்னைப்பற்றி ஒருகால் கமலம் தப்பு அபிப்பிராயம் கொண்டிருக்கலாமோ என்று அறிய வேண்டித் தலைநிமிர்ந்து அவள் முகத்தைப் பார்த்தான். அதே சமயத்தில் ஏங்கிய கண்களுடன் அவளும் பார்த்தாள். உணர்ச்சி உலகில் இருவரின் உள்ளமும் கலந்தன.

'கமலம்!' என்றான்.

'ஜகம்!' என்று விம்மினாள்.

இடியும் மழையும் திடீரென்று நின்றன. எங்கிருந்தோ வந்து ஒரு நெருப்புக்காற்று வீசிற்று--அல்லது வீசியது போல் தோன்றிற்று. தன் சித்தத்தின் சீர்கேடான நிலையை மறுபடி உணர்ந்தான். மறு பேச்சின்றி சரேலென எழுந்து வீட்டிற்குப் போய்விட்டான்.

2

ஒரு வாரத்திற்குப் பிறகு ஒரு நாள் அஸ்தமனமான பிறகு ஜகமும் கமலமும் எவருக்கும் தெரியாமல் பட்டணத்திற்குப் போகப் புறப்பட்டார்கள். ரயில்வே ஸ்டேஷனை

அடைந்ததும் ஒரு பெரிய தூண் நிழலில் கமலத்தை நிறுத்திவிட்டு டிக்கெட் வாங்கப் போய்விட்டான் ஜகம். கமலத்தின் மார்பு படக்படக்கென்று பயத்தினால் அடித்துக் கொண்டது. அதற்கேற்ப இரண்டு மூன்று நிமிஷங்களுக்குள் ரயில்வே போலீஸ்காரன் ஒருவன் வந்தான்.

'யாரம்மா நீங்கள்? இருட்டில் நிற்பானேன்?' என்றான்,

அவளுக்கு மூச்சே நின்றுபோய்விட்டது. தலை சுழன்றது. கண்கள் முன் பஞ்சு போல் பறந்தன . நாக்கு உலர்ந்து போய்விட்டது. அந்த ஒரு நிமிஷம் ஆயிரம் யுகங்களாக இருந்தது.

'என்னம்மா! ஊமையா, செவிடா நீங்கள்? ஸ்டேஷனில் திருட்டு, பட்டப்பகலிலேயே நடக்கிறது. இராக் காலத்தில் பெட்டி பேழை உஷார்' என்று எச்சரிக்கை செய்துவிட்டுத் திரும்பிப் பாராமல் அவன் போய் விட்டான்.

அவ்வார்த்தைகளைக் கேட்டபிறகு போன உயிரில் பாதியும் சுயப்பிரக்ஞை முழுவதும் திரும்பி வந்தன. அதனுடன் தன் செய்கை முறையற்றது, அழகற்றது, பட்டப்பகல் திருட்டைப் போன்றது என்ற எண்ணம் பறையடித்துக் கொண்டு அகத்தினுள் நுழைந்தது. கற்பிற்கும் பொய்க் காதலுக்கும் பெரிய வாக்குவாதம் பெரிய சண்டை. முடிவில் கமலத்தின் கண்களினின்று வெளியழகு என்னும் பொய்த்திரை கழன்று விழுந்தது. அவளுடைய மனத்தினுள் ஒரு யுகம் புரண்டு கற்பின் காலையொளி ஜயத்துடன் மின்னிற்று. அதுவரையிலிருந்த கமலம் மாறிப் புதுக் கமலம் பிறந்தாள்.

அதற்குள் நண்பன் திரும்பி வந்துவிட்டான். தன் உள்ளத்தில் பொங்கி எழுந்த எண்ணங்களை பளிச்சென்று அவனிடம் சொல்லிவிடுவதென்று கமலம் முயற்சி செய்தாள். உடல் பதட்டத்தால் துடித்தது; நாக்கு எழவில்லை.

எனவே ரயில் ஸ்டேஷனுக்குள் வந்ததும் இருவருமாகப் போய் இரண்டாவது வகுப்பு வண்டியில் அமர்ந் தார்கள்.

வண்டி ஸ்டேஷனை விட்டுக் கிளம்பியதுதான் தாமதம்; இந்தப் பிரயத்தனத்தைத் தூண்டிய ஆர்வம் ஜகத்தின் முகத்தை விட்டு அகன்றது. நட்பின் தூய தன்மைக்கும் வெறும் எழிலின் போதைக்கும் பெரும் போர் தொடங்கிற்று. 'நம்பிக்கை மோசமே பொல்லாது. அதிலும் நண்பனுக்குத் துரோகமென்றால்.. ?' என்று மனச்சாட்சி ஜகத்தைக் கழுவிலேற்றியது. தற்கொலையின் ஞாபகம் கூட வந்திருக்கும். அது தடைபட்டதற்குக் காரணம் மூன்றாவது வகுப்பு வண்டியிலிருந்து சோகம் பழுத்துத் ததும்பும் குரலில் ஒரு பிச்சைக்காரி,

'இந்திரன் கெட்டதும் பெண்ணாலே -- அந்தச்
சந்திரன் கெட்டதும் பெண்ணாலே'

என்று பாடியது அரைகுறையாய் அவன் காதில் விழுந்தது தான். கமலத்தைக் குறை கூறுவதுபோலப் பாடியவளை ஓர் அறை அறைந்தால் திருப்தி உண்டாகும் என்பது போன்ற உணர்ச்சி எழுந்தது. 'இரண்டு கையும் சேர்த்தால்தானே சப்தம்? எனில் பிசகு தன் பேரிலா என்றால் அதுவுமில்லை என்று நிச்சயமாய் விளங்கிற்று. சரி ஒருவர் பேரிலும் பிசகில்லை. விஷ வேளை. இருக்கட்டும். பின் போகும் வழிதான் என்ன?"என்றால் அதுதான் புரிய மல் திண்டாடினான்.

ரயிலோ கிளம்பிவிட்டது. அதற்குப் பிறகு இறங்கி விடும் பேச்சேது? அது வேண்டாம். பட்டணத்திற்குப் போனவுடன் திரும்பிவிடுவதென்றால், ஊரார்கள் ஆயிரம் நாக்கிற்கு எப்படி இரையாக முடியும்? அதற்கு வேண்டிய துணிவு உண்டா? அல்லது திரும்பிவந்து, கடவுள் சாட்சியாய்க் கற்பிற்குப் பழுது வரவில்லை, செய்கை மாத்திரம் மூடத்தனமானது என்று ஒப்புக்கொண்டு பேசினால் கலியுகத்தில் யாராவது நம்புவார்களா?

இவ்வளவு சஞ்சலங்களுக்கிடையில் இருவர் மனமும் ஊசலாடிக் கொண்டிருந்தன. ரயில் மாத்திரம் அலக்ஷியமாய்ப் போய்க் கொண்டிருந்தது.

3

மறுநாள் காலை திருவல்லிக்கேணியில் ஜகந்நாதன் ஒரு ஜாகை அமர்த்தினான். ஒவ்வொருவரும் மற்றவருடைய மனதில் நடந்ததையும், நடப்பதையும், படத்தில் - புத்தகத்தில் - கண்ணாடியில் காணுவதுபோல் தெளிவாய் உணர்ந்தார்கள். ஆனால் ஒருவர் முகத்தை மட்டும் ஒருவர் நேராகப் பார்க்கக் கூடவில்லை. மௌனிகள் போல் பகல் முழுவதும் காலம் கடத்தினார்கள்.

இரவாயிற்று. வெள்ளிக்குடம் ஜலத்தில் மிதப்பது போல் மரங்களின் மேலாகப் பூர்ணசந்திரன் தவழ்ந்து சென்றான். எட்டாக் கையினின்று சமுத்திரராஜன் ஆயிரம் குரல்கொண்டு ஓலமிட்டான். முற்றத்தின் ஓரத்தில் சுழலில் அகப்பட்ட துரும்புகள் போல் இருவரும் உட்கார்ந்திருந்தனர். இருவர் மனதிலும் ஆறாத்துயரின் அலைகள் தாறுமாறாய்ப் பொங்கி எழுந்தன. என்ன செய்வார்கள் பாவம்!

ஜாமக்கோழி கூவுமளவும் அப்படியே உட்கார்ந் திருந்தனர். பிறகு தலை சுற்றுகிறதென்று சொல்லி விட்டு ஜகந்நாதன் கடற்கரைப் பக்கம் போய்விட்டான். கமலத்திற்குக் களைப்பு மேலிட்டு தலை துவண்டு கண்கள் சோர்ந்தன. இரண்டொரு நிமிஷங்களுக்குள் வெகு நேரம் அழுதுவிட்டு தூங்கும் குழந்தையைப் போல் கண்ணயர்ந்தாள்.

கண்ணயர்ந்ததில் கனவொன்று கண்டாள்; வானுச்சியில் இரண்டு புறாக்கள் உல்லாசமாய்க் காலை வெயிலில் பறந்து கொண்டிருந்தன; இரண்டு ராஜாளிகள் திடீரெனத் தோன்றி புறாக்களைத் துரத்தின; வைரிகள் கையில் இரண்டும் சிக்கவில்லை; ஆனால் ஒரு புறா போன இடம் தெரியவில்லை; மற்றொன்று மட்டும் ஒரு ஆலமரப் பொந்தில் வந்து இளைப்பாறி ஓர் இரவு தங்கிவிட்டு, மறு நாள் தான் வசிக்கும் கூண்டிற்குப் போய்விட்டது.

கனவு கலைந்து கமலம் கண்விழித்தாள். ஜகம் வரவில்லை. வெளியே சூர்யன் உதயமாகி ஜகஜ்ஜோதியாய்ச்

சுடர்விட்டுக்கொண்டிருந்தான். கமலத்தின் இருதய வெளியிலும் ஒரு நவ ஒளி பரவி மனதை நிர்மலமாக்கிற்று. 'ஊருக்குத் திரும்பிப் போவதா அல்லது தனியாகப் பிச்சைக்காரியைப் போல்-ஏழைச் சந்நியாசினியைப் போல் ஏங்கிச் சாவதா என்ற பிரச்னை எழுந்தது. இரண்டாவது யோசனை நியாயமெனப்பட்டது: வலிவடைந்தது.

உடனே வீட்டைவிட்டுக் கிளம்பி, எங்கு செல்வது எதற்காகச் செல்வது, என்ன செய்வது என்று தெரியாமலே பல தெருக்களைத் தாண்டிச் சென்றாள் கமலம். கடைசியாகக் கால் ஓய்ந்த பொழுது ஒரு திண்ணையின் மேல் உட்கார்ந்தாள். வெயிலின் கொடுமையாலும் களைப்பினாலும் மயக்கமடைந்தாள்.

சிறிது நேரம் கழித்து அந்த வீட்டுச் சொந்தக்காரப் பாட்டி வெளியிலிருந்து வந்த பொழுது இவளைப் பார்த் தாள். கண்டதும் அவள் மனம் உருகிவிட்டது. பாவம்! யாரோ அநாதை. ரதி போல் இருக்கிறாளே! பசியினால் மூர்ச்சையோ என்னவோ? என்று எண்ணி அவளை எழுப்பினாள். 'நீ யாரம்மா? எந்தத் தெரு? ஏன் ஒண்டியாக இப்படிப் படுத்துக் கொண்டிருக்கிறாய்!' என்று ஒரு அடுக்குக் கேள்விகளைக் கேட்டு விட்டு பதிலை எதிர்பார்க்காமலே உள்ளே அழைத்துச் சென்றாள்.

கிழவியின் கேள்விகளுக்கு பதில் சொல்லலாமா, கூடாதா என்ற சந்தேகம் கமலத்திற்கு. பாட்டியின் முகத்தைப் படித்துப் பார்த்தால் ஏதாவது விளங்குமோ என்பது போல் உற்று நோக்கினாள். அப்பார்வை கிழவியின் உள்ளத்தில் விஷம் தோய்த்த வேல்போல் பாய்ந்தது. நைந்த குரலில் கிழவி சொன்னாள்.

'அம்மா! பயப்படாதே. நானொரு மகா பாபி. எனக்கு வந்திருக்கும் துக்கம் மலை போன்றது. இப்படித் தான் உன்னைப் போலப் பதினாறு வருஷம் வளர்த்த பெண்ணைப் பதினாறு நாழிகையில் வாரிக் கொடுத்துவிட்டேன். மனித

ஜன்மம் எடுத்து மாடுபோல் கவலையின்றி வாழ்ந்த எனக்குக் கடவுள் பெரிய குட்டுப் போட்டார். கஷ்ட சுகம் அறியும் சக்தி இப்பொழுது தான் வந்திருக்கிறது. என்னைப் பார்த்து பயப்படாதே. சும்மா சொல்லு. என்னாலானதைச் செய்கிறேன்.'

மறுபடியும் கிழவியின் முகத்தைக் கமலம் கவனித்த பொழுது பாட்டியின் கண்களினின்று நீர் மலமலவென்று பெருகியது. அந்தரங்கத்தைத் தாயாரிடம் ஒளிக்காமல் சொல்லுவது போல், தன் விருத்தாந்தம் முழுவதையும் உள்ளது உள்ளபடியே கமலம் சொல்லி முடித்தாள். பரிவின் மிகுதியால் கிழவி அவளைத் தன்னுடன் சேர்த்து அணைத்துக் கொண்டு தலையையும் முதுகையும் தடவிக் கொடுத்தாள்.

4

கமலம் வீட்டை விட்டுப் போன இரண்டு மணி நேரத்திற்குள்ளாகவே ராமநாதன் தன் மனைவி வீட்டில் காணாததைக் கவனித்தான். சந்தடி செய்யாமல் அங்குமிங்கும் தேடினான் ; பிரயோஜனப்படவில்லை. கண்ணைக் கட்டிக் காட்டில் விட்டது போல் திகைப்படைந்தான்.

மனைவி ஓடி விடுவாளென்று அவன் கனவிலும் கருதிய தில்லை. தனக்கும் கமலத்திற்கும் நடுவில் குறுக்கிட்டு நின்றது ஆதிக்கொத்தன் வைத்த சுவர்தானே? அது மனிதனால் அழிக்கக் கூடியதல்லவே? இருந்தாலும் தன்னுடைய உயர் குணத்தால், ஆத்ம வனப்பால், அதைக் கூட மறைத்து விடலாமென்ற உறுதிகொண்டிருந்தான். அவ்வெண்ணங்கள் யாவும் திடீரென இடிந்து விழுந்து மண்ணாய்ப் போனதும் ராமநாதன் உள்ளம் உடைந்து விட்டது. ஆனால் உத்தம குணமுடையவனாதலால் இச் சோக நெருப்பைத் தனக்குள்ளேயே வளர்த்தான். ஊரா ரெவரிடமும் இந்த விஷயங்களைப் பற்றிப் பிரஸ்தாபிக்கவில்லை. மனைவி எங்கே என்று கேட்டவர்களுக்குத் தாயார் வீட்டிற்குப் போயிருப்பதாகக் கூறினான்.

நாட்கள் செல்லச் செல்ல ஊரில் வசிப்பதில்--ஏன், உயிர் வாழ்வதில் என்று கூடச் சொல்லலாம்-ராமநாத னுக்கு வெறுப்புத்தட்டிவிட்டது. கடவுள், குடும்ப வாழ்க்கை, நற்குணம் என்பவையெல்லாம் பெருத்த மோசடி, ஏமாற்றம் என்ற எண்ணங்கள் சிலசமயம் உதித்தன. மற்றும் சில சமயங்களில் பிரமம் கொண்ட முகத்தோடு உண்ணுவதும் உறங்குவதுமாய்க் காலத்தைக் கட த்தினான்.

இரண்டு மாதங்கள் சென்றன. பட்டணத்தில் தன்னுடைய அப்பீல் ஒன்று எடுபடப் போவதாக தந்தி வந்தது. ராமனாதன் ஊரை விட்டுக் கிளம்பினான். பட்டணத்திற்கு வந்ததும் ஜாகை எங்கே வைத்துக் கொள்வது என்பதைப் பற்றி யாதொரு கவலையுமில்லை. ஏனெனில் வெகு வருஷங்களாகப் பள்ளிக்கூடத்திலும் கலாசாலையிலும் படித்த பொழுது சாப்பிட்டு வந்த கிழவியின் வீடே போதுமென்று தீர்மானித்தான்.

கிழவியின் வீட்டில் கமலத்தைப் பார்த்த நிமிஷம் முதல் ராமநாதனுடைய மனதில் சஞ்சலமும் சந்தேகமும் குடிகொண்டன. தன் மனைவிதானென்று நிச்சயமாகத் தெரியவில்லை. அறிமுகமாக மட்டுமிருந்தது. அவள் நடை, உடை, சாயல் எல்லாம் தன் மனைவியினுடைவற்றை ஒத்திருந்தன. ஆனால் முகம்? 'இவ்வளவு பொலிவில்லாமல் இருக்க நியாயமில்லையே. கன்னத்தின் மேலே எலும்புகள் ஒட்டகையின் திமிலைப் போல் அவ்வளவு உயர்ந்து விகாரமாக இருக்காதே. தலை மயிர் கோரையாகாதே. போகட்டும். மனைவி என்றால் ஒரு வார்த்தையாவது பேசமாட்டாளா? சரிதான் இவள் கிழவியின் பெண்ணல்லவா?...' என்று ஒரு புறம் எண்ணினான்.

மற்றொரு புறம் மனைவியாயிருந்தால் திரும்பத் தன்னுடன் சேர்த்து கொள்ளலாமா? ஊர்ப் புரளிக்குச் சித்தமாக இருக்க முடியுமா? என்னும் விஷயங்களைப் பற்றிச் சர்ச்சை செய்து பார்த்தான். புத்தி மேன்மேலும் குழப் பம் அடைந்ததேயன்றி ஒருவித முடிவிற்கும் வரவில்லை.

கமலத்திற்கோவெனில், அங்கே சாப்பிடுவது தன் கணவன் என்று தெரியும். மனச்சாட்சியைப் பற்றிய வரையில் கடவுள் சாட்சியாய் மன்னிக்கக்கூடாத பிச கொன்றும் செய்துவிடவில்லையென்று நிச்சயமாகத் தெரியும். ஊரை விட்டுக் கிளம்பியது க்ஷணப் பைத்தியத்தின் கூறு என்று முந்தியே முடிவு கட்டியிருந்தாள். ஆனால் கணவரிடம் இவைகளை எப்படிச் சொல்லுவது? சொன்னதும் அவர் நம்பவேண்டுமே? ஓர் அக்ரமத்தை மறைக்க மற்றொரு பொய்யைக் கற்பிப்பதாக நினைத்தால்? இத்தகைய பல சிந்தனைகள் அவள் மனதை அறுத்தன. அடுப்பில் விழுந்த புழுப்போல் துடித்தாள்.

ஒரு வாரம் கழிந்தது. ஓர் இரவு ராமநாதனுடைய உள்ளம் வெடித்துவிடும் எல்லையைத் தொட்டது. அந்தரத்தில் தொங்குவதைக் காட்டிலும் அனாயாசமான மரணம் பிரும்மானந்தமானது என்ற எண்ணம் எழுந்தது. கிழவியை அணுகி, 'ஏன் பாட்டி! இங்கே இருக்கிறது உங்கள் பெண்தானே? வந்ததுமுதல் விசாரிக்கத் தெரியவில்லை, பாருங்கள். எனக்குத் தெரிந்த மரியாதை!' என்றான்.

'அந்த வயிற்றெரிச்சலைக் கிளப்பாதே என்று சொல்லியபடியே கிழவி தன் துக்கத்தைத் தெரிவித்தாள்.

'ஆனால் அந்தப் பெண் ஏதாவது உறவா?'

கிழவி முன்பின் யோசியாமல் கமலத்தின் விருத்தாந்தம் முழுமையும் சொல்லி முடித்தாள்.

ராமநாதன் நெஞ்சில் துக்கம் குமுறிற்று. அவனுடைய இருதயம் தனிக்காட்டில் போய் ஓயும் காற்றைப் போல் பெருமூச்செறிந்தது. தூரத்தினின்று வந்த சமுத்திரத்தின் ஓய்வு உறக்கமற்ற அழுகை உள்ளத்தை நீராக்கிற்று. ராமநாதனுடைய கண்களில் புல் நுனியிலுள்ள பனித்துளி போல நீர் தளும்பிற்று. வீட்டுக் கூட த்தை நோக்கி இரண்டடி எடுத்து வைத்தான். கால்கள் துணி போல் துவண்டன.

அங்கிருந்தபடியே 'கமலம்!' என்றான்.

'ஏன்' என்று எதிரே வந்தாள் கமலம்.

அப்பொழுதுதான் மனைவியின் முகத்தை நேராக அவன் பார்த்தான். அவள் முக வனப்பு, துயரத்தால் முற்றிலும் சாம்பலடைந்திருந்தது. இன்னது சொல்வதென்று தெரியாமல் மரம்போல் நின்றான். ஒரு கணம் ஒரு யுகமாயிற்று. நல்ல வேளையாக அந்த யுகமும் முடிந்தது.

'பாட்டி சொல்வது உண்மையா?'

'உண்மை.'

'முழுவதும் உண்மையா?'

'முழுவதும் உண்மை.'

'சந்திர சூரியர்கள் சாக்ஷியாக?'

'சந்திர சூரியர்கள் சாக்ஷியாக.'

பிறகு மௌனம். வெறும் மௌனம்- மௌனமே அஞ்சும் நிசப்தம்.

'கமலா!' என்றான்.

பதிலில்லை.

'ஆனால் போகலாமா?' என்று பொருத்தமில்லாமல் கேட்டான். கமலம் தேம்பி அழுதாள்.

நல்ல சமயத்தில் விண்ணினின்று இரண்டு நட்சத்திரப் பொறிகள் சீறிப் பாய்ந்து வெளியிடையில் கலந்தன. பிறைச்சந்திரன் புன்னகை பூத்தான்.

சதிபதிகளின் தோள்கள் கண்ணீருடன் ஒன்றாயின. இவற்றையெல்லாம் பார்த்துக்கொண்டிருந்த கிழவிக்கு

ஒருகணம் ஒன்றும் விளங்கவில்லை. விளங்கியதும் கண்ணீர் நின்றபாடில்லை.

இப்பொழுது கிழவி பள்ளிக்கூட மாணவர்களுக்கு சாதம் போடும் தொழிலை நிறுத்திவிட்டாள். புது மாப்பிள்ளையை கண்டுபிடித்துவிட்டாளல்லவா? கடவுளின் கருணையால் கமலமும் கற்பும், ராமநாதனும், கிழவியுமாய் திருவல்லிக்கேணியில் இன்பமாய்க் காலம் கழித்து வருகிறார்கள். கடற்கரைப் பக்கம் போன ஜகந்நாதன் விஷயம் என்ன ஆயிற்றோ?

சொக்கு

அவனால் ஒரு பிராணிக்கும் இம்சை கிடையாது; ஒரு மனிதனுக்கும் பாரம் கிடையாது. அவனுண்டு அவன் பாட்டுண்டு. உலகம் அவனைப்பற்றி பலவிதமாய்க் கூறுகிறது. அவனுக்கென்ன? சந்திரனுடைய பால் குடமும், சிறு பிள்ளைகளும், வாயில் பாட்டும் உள்ளவரை அவனுக்கென்ன குறை?

நேற்று நடந்தது போல் தோன்றுகிறது. ஆனால் சுமார் ஒரு வருஷம் இருக்கும். இதே பாலக்கரையின் மீது, வழக்கம் போல் புது வைக்கோல் காந்தியோடு அந்தி சூரியன் யாத்திரை செய்து கொண்டிருந்தான். சிலர் கலங்கிய கள் கண்களோடு இன்னதென்று தெரி யாமல் ஆடி வழிந்தார்கள். மற்றும் சிலர் வேலையினின்று அரிவாளோடும், மண்வெட்டியோடும், சும்மாட்டோடும் வீட்டை நோக்கிச் சென்று கொண்டிருந்தனர். இருந்தாற்போல் இருந்து பக்ஷியின் குரல்போன்ற ஒரு குரலில் பாட்டொன்று காதல் விழுந்தது.

டீடீடி டீடீடி டீடி டட்டட்டீ டீடிடட்டட்டீ
டீடீடி டீடீடி டீடிடட்டட்டீ

சோலைக் கருங்குயிலே,
சொக்கு மினிமையே, தைக்குமின்பமே,

காலையின் பொன் வயலில்
பொழியும் கீதமே, வழியும் நாதமே,

காதல் கடலதனி லோடும் தோணியே,
அடக்கும் ராணியே

சாதலென்னும் வாழ்நாட்களில்
பிறக்கும் அமுதமே, மறக்கும் மயக்கமே!

எல்லோரும் திரும்பிப் பார்த்தார்கள்.

தத்துக்கிளியைப் போல் இரண்டு பக்கத்திலும் இரண்டு கஷ்கதண்டம். நெற்றியில் அரையணா அகலத்திற்கு சந்தனம். அதன்மேல் காலணா அகலத்திற்கு குங்குமம். பாதி முகத்தை மறைக்கும் மீசை. நெற்றியை மறைக்கும் சிகப்புத் துணி முண்டாசு. பொத்தானில்லாத கோட்; ஷர்டில்லாத மார்பு. கீல் பிடிப்பு தத்தல். உலகு உருக்கும் பாட்டு. இவ்வளவு அங்கங்களோடும் ஒருவன் வந்தான். வந்தவன் சொக்கு !

சுங்கச்சாவடி கண்டிராக்டர் அவனைப் புரளி செய்வதற்காக 'லைசென்ஸ் இருக்கா? இல்லாட்டி காசை இளக்கு' என்றார். சொக்கு சிரித்துக்கொண்டே, கையிலே காசுமில்லெ இனாம் கொடுப்பார் யாருமில்லெ பையிலிருந்த புகையிலையும் போன வழி தெரியவில்லை, தன்னானே என்று பாடிவிட்டு ஊருக்குள் நுழைந்துவிட்டான்.

2

அந்த ஊர் பெரிய நகரத்திலும் சேர்ந்ததல்ல, கிராமத்திலும் சேர்ந்ததல்ல. நடவடிக்கைகளிலும் சரி, நாகரிகத்திலும் சரி, இப்படிப்பட்ட நடுநிலைமை. புதுசில் கொஞ்சம்; பழயதில் ரொம்ப, மொத்தத்தில் பிளாஸ்திரி.

இப்படிப்பட்ட ஊரில், பாலக்கரைக்கு அடுத்தாற் போல், சொக்கு ஆஸ்ரமம் அமைத்துக்கொண்டான். பாழடைந்த துர்க்கைக் கோவில் ஒன்று அவனுக்கு இடம் தந்தது. இருந்தாலும் அவன் நாள் முழுதும் பக்கத்தில் குடைபிடிக்கும் ஆலமரத்தின் நிழலிலேதான் இருப்பான்.

குழந்தைகளுக்கு அவனைக் கண்டால் வெகு பிரியம். அவனுக்கு குழந்தைகளென்றால் உயிர். ஆற்றில் ஜலம் எடுக்கச் செல்லும் பெண்களுக்குக் கூட அவன் பேரில்

அன்படர்ந்த அனுதாபம். கொக்குவின் ஸ்படிக மனமும், தினசரித் தொல்லைகளையும், அயர்ச்சிகளையும், மனப் புண்களையும் ஆற்றும் அவன் பாட்டும் அதற்குக் காரணம். அவனொரு ஜீவன் முக்தன். அந்த ரகசியத்தைக் குழந்தைகளும், மாசற்ற மங்கைகளும் உணர்வார்கள். அதுபற்றியே சாப்பாட்டுக்கு சொக்கு கவலைப்படுவதில்லை. மக்களும் மங்கைகளும் தங்கள் பங்குக்கு அவனைக் கவலைப்பட விடுவதில்லை. ஆகையால் பகலவன் படகை மேற்குத் திசை ஓட்டி, பாய்மரம் சுருட்டும் வரையில் ஆலமரத்து நிழலில் இன்னிசை நாடகம்தான். அடிமுடியற்ற களிக்கூத்து. இரவிலும் அப்படியே. ஆனால் ஒரு வித்யாசம். பகலைப் போல் குழந்தைகளோ பெண்களோ அவன் பாட்டைக் கேட்க கூட மாட்டார்கள். அவர்களுக்குப் பதிலாக வாள் வீசும் துர்க்கையும், ஒளி வீசும் ஆகாய பாரிஜாதகங்ளும், சலிக்கும் காற்றும், குதிக்கும் காவேரியும் ரசிகர்கள்.

3

துன்பமும் இன்பமும் சுழலும் சக்கரம். சொக்குவுக்கு இவ்விரண்டு நிலைகளும் இல்லையென்றாலும், மண் வாழ்க்கையை ஓட்டி துன்பம் மேலோங்க வேண்டிய காலம். பொதுவாக ஊர் ஜனங்களுக்கு அவன் மீது வெறுப்பு. குறிப்பிட்ட காரணம் யாதொன்றும் கிடையாது.

இப்படிக்கிருக்கையில் ஒருநாள் பின்வருமாறு ஊரில் நடந்த சம்பவமொன்றைப் பற்றி வம்பு அளந்தார்கள். 'பார்த்தீரா? சொக்குவின் மீது நாம் வெறுப்புக் கொள்வதற்குக் காரணமில்லையென்று கட்சி பேசினீரே. நம்முடைய உணர்ச்சிக்கு ஜோஸியம் தெரியும்; ஆளை நிறுக்கும் சக்தி உண்டு. இதோ நாம் நினைத்ததுபோலத்தான் இருக்கிறது.'

'சொக்குவின் தில்லும் முல்லும் முகத்திலேயே தெரிகிறதே.'

'அதெல்லாம் கிடக்கட்டும் ஐயா! இப்பொழுது என்ன செய்திருக்கிறான் தெரியுமா?... நேற்று வந்தான் சொக்கு. முந்தாநாள் வந்தான் கீழத்தெரு ஆனந்தம்.

ஆனந்தத்திற்கு மருந்து முறை சொல்லித்தந்து, பங்கஜத்தின் பெண் சுந்தரியை மயக்கி வசியம் செய்யச் சொக்கு சொல்லித் தந்திருக்காவிட்டால், இப்படி ஆனந்தமும் சுந்தரியும் சேர்ந்து ஓடிப் போயிருப்பார்களா? விழிக்கிறீரே! சொக்கு வராததற்கு முந்தி நம்மூரில் இந்த மாதிரி ஏதாவது நடந்தது உண்டா? சொல்லுமே?'

உண்மையில் இந்த சம்பவத்திற்கும் சொக்குவுக்கும் காக்கைக்கும் கீழே விழும் பனம் பழத்திற்கும் எவ்வளவு சம்பந்தமுண்டோ அவ்வளவுதான். இருந்தாலும் அவனை ஊரைவிட்டு ஓட்டி விட வேண்டுமென்ற எண்ணம் ஊராருக்கு. வேண்டாத மனிதன் மீது தானே குற்றங்கள் முளைக்கும்.

ஒருநாள் இரவில் மிராசுதார் ஜானகிராமய்யர் வீட்டில் பணம், வெள்ளிப்பாத்திரம், நகை முதலியவை களவுபோய் விட்டன. சொக்குவுக்கு விஷயம் தெரியாது. அவன் வழக்கம் போல் காலையில் எழுந்து வெற்றிலை போட்டுக் கொண்டு,

கதிரவன் இளம் விழி காணுது கிழக்கில் கனியே,
என் காதலே கண் திறவாயோ !

என்று ஆரம்பித்தான்.

"தெரியுமடா பாட்டும், கீட்டும். நிறுத்து" என்று ஒரு கனத்த குரல் உத்திரவிட்டது; திரும்பிப் பார்த்தான்.

'ஏதடா அந்த ஜரிகை வேஷ்டியும் பித்தளைப் பாத்திரமும்? கையில் ஜெபமாலை, கட்கத்தில் கன்னக்கோல் என்பது போலிருக்கே' என்று சொல்லிய மற்றொருவர். அவனுக்குப் பின்னால் கிடந்த வேஷ்டியையும் பாத்திரத்தையும் குறிப்பிட்டார்.

சொக்குவுக்கே தூக்கி வாரிப் போட்டது. ஒருக்கால் இரவில் வந்த திருடன் ஏதேனும் வேண்டாமென்று போட்ட சாமான்களோ என்னமோ என்று எண்ணிக் கொண்டிருக்கும்

பொழுதே, 'என்னடா ஆசாரக் கொக்கு போல் முகத்தை வைத்துக் கொண்டிருக்கிறாயே! எழுந்திரு' என்று அதட்டினார் ஒருவர்.

சொக்குவுக்கு பதில் சொன்னால் புண்யமில்லையென்று தெரியும். எனவே மௌனம் சாதித்தான்.

4

மறுநாள் போக மறுநாள் மாலைக்குள் நீதிஸ்தலத்தில் நாடகம் முடிந்துவிட்டது. குற்றவாளி என்று சொக்கு ஒப்புக் கொண்டு விட்டான். தடையம் அகப்பட்டு விட்டால் வேறு என்ன தேவை ? இரண்டு மாதம் தண்டனை கிடைத்தது.

சாயங்காலம் கையெழுத்து மறையும் வேளை. ஜலத்தில் மிதக்கும் தீபங்கள் போல ஆகாயத்தில் நக்ஷத்திரங்கள் மிதந்தன. குளங்களின் மீதும் கோபுரத்தின் மீதும் இருள் சாய்ந்தது.

ஜெயிலின் கதவை டாணாக்காரன் திறந்தான். சொக்கு வானை நோக்கினான். பிறகு தலையை ஆட்டிக் கொண்டு சிரித்தான். கடைசியாக சீட்டி அடித்தபடியே உள்ளே நுழைய காலடி எடுத்து வைத்தான்.

'சொக்கு மாமா!' என்று ஒரு குரல் கேட்டது. டாணாக்காரனும் கைதியும் திரும்பிப் பார்த்தார்கள். வியர்க்க வியர்க்க ஓடிவந்த பையனைப் பார்த்து டாணாக்காரன் "பயலே! எங்கே வந்தாய்?" என்றான்.

சுட்ட சர்க்கரை வள்ளிக்கிழங்கு ஒன்றை பையன் சொக்குவிடம் கொடுத்து விட்டு 'ஏன் அப்பா, சொக்குவை உள்ளே அடைக்கரே? நொண்டி ஆளு திருட முடியுமா?- இவுகளெல்லாம் சொக்குவை திருடன் கறாகளே! இப்பிடியே உட்டுடேன். எங்கனாச்சும் போயிடட்டும்' என்றான்.

சொக்குவுக்குக் கண்களில் நீர் ததும்பிற்று. இவ்வளவு அருமையா சொக்கு தன்னுடைய பையனுக்கு என்று டாணாக்காரன் அறியவும், அவன் கண்கள்கூட கொஞ்சம் கலங்கின.

'தம்பீ! அப்பாரு கூட நீ இப்பொ வீட்டுக்குப்போ. அப்புறம் பார்க்கறேன் உன்னை' என்று சொக்கு வற்புறுத்திவிட்டு உள்ளே நுழைந்தான். டக்கென்று சாவி பூட்டில் திரும்பிற்று.

அடுத்த நாள் வழக்கம் போல் சூரியனுதித்தான். பாயும் ஜலத்தைப் பளிங்கு போல் செய்தான். பறக்கும் மேகங்களை பஞ்சு போலாக்கினான் . துர்க்கைக் கோவிலுக்கு மட்டும் ஒளியேற்ற முடியவில்லை; சொக்கு இல்லாத அந்தக் கோவில் கிளியில்லாத பஞ்சரத்தைப் போலிருந்தது. பையன்களும், பெண்களும் சொக்கு இல்லாததால், ஊர் வெறிச்சென்று போய்விட்டதாக வருந்தினார்கள் அதுபற்றி ஜெயில் பக்கமாகக்கூட சிலர் நடந்து சென்றார்கள் -சொக்குவின் தலையை யாவது பார்க்கலா மென்று. சொக்குவைப் பார்க்க முடியவில்லை.

5

கெடுவிற்குப் பிறகு சொக்கு விடுதலையடைந்தான். தெரு வழியாகத் தன் பழய இருப்பிடத்தை நோக்கிச் சென்றான். போகும் பொழுதும் பாட்டுத்தான். சில கிழங்கள் அவனைப் பார்த்து ஏளனம் செய்தனர். சில பையன்கள் அவன்கூடவே சென்றனர் - ரோஜாக் கூடையைத் துடர்ந்து செல்லும் தேனீக்கள் போல.சில பையன் வீட்டுவாசற் படியிலிருந்து கொண்டே கண்களால் அவனை வழியனுப்பினார்கள். சில பெண்கள் அடுப்பங்கரை ஜன்னலி லிருந்தபடியே அவனுக்கு ஆசிகள் கூறினர்.

அன்று சாயங்காலம் பையன்களும் பெண்களும் சொக்குவுக்குக் கொடுத்த உணவும், தின்பண்டமும் ஒரு வாரத்திற்கு மேல் தாங்கும்.

சோமக்கலம் போல் கிழக்கில் சந்திரன் உதித்தான். சொக்குவைப் பார்க்க வந்த பையன்களும் பெண்களும் வீட்டிற்குக் கிளம்பினார்கள். தன் நிழல் முன்னே செல்ல ஒரு பையன் அங்கே அப்பொழுது தான் வந்து சேர்ந்தான். அவன் தான் டாணாக்காரன் பிள்ளை! ஒரு கரும்பை எடுத்து நீட்டி விட்டு 'இன்னிக்குத் தான் ஜெயில்லேருந்து வந்தேன்னாங்க. எங்கியோ மறுபடி ஊருக்குப் போகப் போறியாமே? நெஜமா?' என்றான்.

தன் அந்தரங்க எண்ணம் எப்படி அதற்குள் பையன்களுக்குத் தெரிந்துவிட்டது என்று சொக்கு வியப்படைந்தான். இருந்தாலும் பையனை சமாதானப்படுத்த வேண்டி 'சொந்த ஊருக்குப் போய் விட்டு திரும்பி வருவேன் தம்பீ!' என்றான்.

பையன் நம்பவில்லை.' தெரியும், தெரியும். நீ இப்போ போனா வரமாட்டே. அப்பாரைக் கேட்டுட்டு நானும் கூட வரேன் இல்லாட்டி விட மாட்டேன்.' சொக்கு பார்த்தான் 'நல்லது தம்பீ' அப்பாரை கேட்டுக் கொண்டு வா; போகலாம். இப்பொழுது வீட்டுக்குப் போ.தேடுவாங்க.'

கடவுளை ஏமாற்றலாம். கள்ளனை ஏமாற்றலாம். குழந்தைகளை ஏமாற்றுவது கடினம்.

"நீ பொய் சொல்லுறே. காலம்பர கோழி கூவறக்துக்கு முன்னாலேயே ஏமாத்திட்டு போயிடுவே. தெரியாதா!"

இப்படிப் பையன் சொல்லிக் கொண்டிருக்கும் பொழுதே, அவனைத் தேடிக் கொண்டு அவன் தாயார் வந்து விட்டாள். பையனுடைய சந்தேகம் வீட்டிற்குச் செல்ல அனுமதி தரவில்லை. தாயார் விடும் வழியாயில்லை. கரகரவென் று கையைப் பிடித்து வீட்டிற்கு இழுத்துக் கொண்டு போனாள்.

'நான் கருக்கலோடெ வரேன். நீ போயிடப்படாது என்று திரும்பிப் பார்த்து சொல்லிக் கொண்டே சென்றான் பையன்.

மறுநாள் கிழக்கு வெளுப்பதற்கு முன்னோடு சில பிராதஸ்நான சிகாமணிகள் காதில், தாவாரமில்லை ; தனக்கொரு வீடில்லை தேவாரம் ஏதுக்கடீ?- குதம்பாய் என்ற பாட்டு அமிருத மழையாய் பொழிந்தது. பார்த்தார்கள். சொக்கு தனது சர்வ சொத்துமாகிய கட்க தண்டத்துடனும், பாட்டுடனும் ஊரை விட்டு வெளியே போய்க் கொண்டிருந்தான்....

சொன்ன சொல்படி டாணாக்காரப் பையன் துர்க்கைக் கோவிலுக்கு வந்தான்; சொக்குவைக் காணோம். குரங்கைப் பறிகொடுத்த ஆண்டியைப் போல விழித் தான்.

'ஏமாத்திப்புட்டியா?' என்று பெருமூச்செறிந்தான்.

மீனி

காந்திமதிப் பாட்டியின் வீட்டிற்கு முதல்நாள் இரவுதான் மீனி வந்திருக்க வேண்டும். ஏனெனில் அன்று இரவு முழுவதும் அலமாரியின் மேல் 'தொப் தொப்' என்று ஏதோ விழும் சப்தமும், சமையலறையில் பாத்திரங்களும் கரண்டிகளும் உருளும் ஓசையுமாயிருந்தன. கிழவிக்கு இன்னதென்று புரியவில்லை. அர்த்த ராத்திரி யில் எழுந்திருந்து போய்ப் பார்க்கவும் அலுப்பு. எலியாயிருக்கும் என்று சபித்துக்கொண்டே மறுபடியும் கண்ணயர்ந்தாள்.

மறுநாள் அதிகாலையில் கிழவி திருப்பள்ளி எழுச்சிகளும் சிவத் தோத்திரங்களும் சொல்லி முடித்துவிட்டு எழுந்த பொழுது மீனி குறுக்கே ஓடிற்று.

'அட தரித்திரமே! நீதானா ராத்ரி முழுதும் கொட்டம் அடித்தாய்? போதாக்குறைக்கு முதல் முதல் உன் தரிசனம் தானா?...என்ன ஆபத்து வரப்போகிறதோ?' என்று நொந்து கொண்டாள்.

அதற்குப் பிறகு பகல் முழுதும் மீனி கண்ணில் படவில்லை. அன்று கிழவிக்குக் கறி காய் நறுக்கும் பொழுது அரிவாள் மணை கூடக் கையில் படவில்லை. இப்படி சாஸ்திரம் பொய்யாகுமா என்று கிழவி யோசித்துக் கொண்டிருந்தாள்.

இரவு வந்தது. பலகாரத்திற்கு பால்கொழுக் கட்டை செய்து ஜாக்ரதையாய் மூடிவைத்து விட்டு சுவாமி தரிசனத்திற்குச் சென்றாள். பலகாரத்திற்குக் காவலாகப் பேரன் சூரிய நாராயணமூர்த்தியையும் அவன் தங்கை கௌரியையும் நியமித்தாள்.

சிறிது நேரம் சென்றது. சூரியநாராயணமூர்த்தி 'ராமசப்தம்' சொல்லிக் கொண்டிருந்த சிரமத்தில் ஈடுபட்டிருந்தான். அண்ணனுடைய உத்யோகத்தையும் சேர்த்துப் பார்த்துவந்த கௌரி அப்படியே கூடத்தில் தூங்கிப் போய் விட்டாள்.

உள்ளே தாம்பாளம் உருண்டு விழுந்தது. அந்தச் சப்தத்தைக் கேட்டுத் திடுக்கிட்டுச் சூரி உள்ளே ஓடினான். பூனைக்குட்டி அந்தர்த்தியானமாய் விட்டது. பாத்திரத்தில் கொஞ்சம் பால் குறைந்திருந்தது. கிழவி வந்து தொண தொணக்கப் போகிறாளே எனப் பயந்து, தாம்பாளத்தை மறுபடியும் மூடிவைத்து விடலாமென்று கையிலெடுத்தான். சமயத்தில் கிழவி திரும்பி வந்துவிட் டாள். ஒரு வினாடிக்குள் விஷயம் விளங்கிவிட்டது. பாட்டியின் அம்பறாத் தூணியிலுள்ள அவ்வளவு வசவுகளும் அழகாய்ப் புறப்பட்டன. அப்புறம் சூரிக்கு இரண்டு அறை; தூங்கு மூஞ்சி கௌரிக்கு நான்கு. வாரிச் சுருட்டிக்கொண்டு கௌரி எழுந்தபொழுது வீட்டு விட்டத்தின் மீது மியா, மியா என்று பிரலாபித்துக் கொண்டிருந்த பூனைக்குட்டியைப் பார்த்தாள். தன் நிலைமையைப் பார்த்து இரங்குவது போல் கூவிய பூனைக்குட்டிக்கு மீனி என்ற அன்புப் பெயர் சூட்டினாள்.

அன்றுமுதல் அண்ணனுக்கும் தங்கைக்கும் மனஸ்தாபம். இரவு எட்டு மணிக்குத் தூங்க கௌரிக்கு யாதொரு நியாயமுமில்லையென்றும், படிப்பவனைச் சுயேச்சையாய் விட வேண்டியது ஸ்திரீ தர்மமென்றும் அதையெல்லாம் மறந்து தூங்கிப் போன கௌரி கணவன் வீட்டிற்குப் போய் நல்ல பெயர் வாங்கப் போவதில்லை யென்றும் சூரி எண்ணிக் கொண்டிருந்தான். கௌரி நினைத்தாள்: 'எனக்குத்தான் தூக்கம் தலைசுற்றியடித்ததை இவன் பார்த்தானே; நானும் சொன்னேனே. கை சொடுக்கும் நேரத்தில் நெட்டுருச் செய்ய வேண்டியதை ஒரு யுகம் வரையில் செய்தால் யார் ஜவாப்? மக்குப் பையன்! சமையலறையிலாவது விளக்கை வைத்துக் கொண்டு வாசிக்கலாகாதா? அதையெல்லாம் விட்டு விட்டுக் கிழவிக்குத் தூபம் போட்டு எனக்கு அடிவாங்கி வைத்தானே. களிமண்! பிரும்மஹத்தி!! இவனுக்குப் படிப்பு வருமா?'

மீனியும் அன்றுமுதற்கொண்டு அங்கேயே ஸ்திர வாசமாகிவிட்டது. ருசிகண்ட பூனை விடுமா? அங்கே இங்கே பாட்டி போயிருக்கையில் நெய்யைத் தின்றுவிடு பாலைக் குடித்து விடுவது, நைவேத்தியத்தைத் தொட்டு விடுவது, நூற்கண்டைச் சிடுக்கடித்து விடுவது- இப்படியெல்லாம் பூனைக்குட்டிக்குத் தெரிந்த அவ்வளவு விஷமமும் செய்தது.

ஒருநாள் சமையல் அடுப்பிற்குள் மீனி தூங்கிக் கொண்டிருந்தது. காந்திமதிப் பாட்டி அதைப் பார்க்க 'இந்தாடா காபி' என்று காபியை வைத்து விட்டுக் காசித் தும்பைப்பூ பறித்து வரச் சென்றாள். சூரி மசிக்கூடு, நோட் புஸ்தகங்கள் இவைகளை ஒழுங்கு படுத்திவிட்டு வருமுன் காபியில் பாதிக்குமேல் காணாமல் போய்விட்டது. பாட்டியிடம் போய்ச் சொன்னான். 'உனக்கு நன்றாய் வேண்டும்!' என்று கிழவி ஆசீர்வதித்தாள். சூரிக்கு வந்த ஆத்திரத்திற்கு அளவில்லை. அங்கிருந்த சுடுதண்ணீரை எடுத்துப் பூனையின்மேல் கொட்டினான். மியாவூவென்று நீளமாக அழுதுகொண்டே அது ஓடிவிட்டது.

இதைப் பார்த்திருந்த கௌரிக்குக் கண்ணில் ஜலம் வந்தது; தன்மீது சுடுதண்ணீர் விழுந்த எரிச்சல் உண்டாயிற்று. அதிலிருந்து மீனியின் மீது கௌரிக்குப் பின்னும் அதிகமான ஆசையும் நேசமும் உண்டாயின. கிழவிக்கும் சூரிக்கும் தெரியாமல் நெய்யுடன் கலந்த சாதத்தைக் கொல்லையில் கொண்டு போய் மீனிக்குப் போடுவாள் ; தன் காபியில் கடைசியில் பாக்கி வைத்து, கிணற்றங் கரையில் பாத்திரம் தேய்க்கும் பாவனையாய் மீனிக்குக் காபியைக் கொடுப்பாள்; மத்தியான வேளைகளில், பாட்டி தூங்கும் போதோ, பஞ்சீகர்ணம் போடும் போதோ மீனியுடன் கொல்லையில் விளையாடப் போவாள்.

நாளாக நாளாக ரகசியம் அம்பலமாகிவிட்டது. இருவருக்கும் வெட்கம் கெட்டுப் போயிற்று. கௌரி காபி குடிக்கும் பொழுதும், சாதம் அல்லது பக்ஷணம் சாப்பிடும்பொழுதும் பகிரங்கமாய் அவளிடம் வந்து மீனி கத்தும். அவள் பரிவுடன்

தன்னுடையதை அதற்குப் பகிர்ந்து கொடுப்பாள். இதர வேளைகளில் வெறுமனே கௌரியின் மீது அன்புடன் மீனி உராயும்.

பூனையைப் பற்றிக் கிழவியின் உணர்ச்சிகள் ஒரு விதம். எவ்வளவு ஜாக்கிரதையாய்க் கிழவி வீட்டுக் காரியங்களைச் செய்த போதிலும் முடிவில் எதிலாவது ஏமாறாமல் இருக்க மாட்டாள். தவிர, தினசரி காலையில் பூனை தரிசனம் . கண்ணாடிக் குப்பியில் அடைத்து வைத்திருக்கும் அக்கினித் திராவகத்தைப் போல் மீனியின் மீதுள்ள கோபத்தை அடைத்து வைத்திருந்தாள். அப்படிச் செய்யாவிட்டால் தங்கப் பூனைகளாய்ச் செய்து தானம் செய்ய அவளிடம் ஐவேஜி ஏது? எனவே கிழவியின் ஆத்திரத் திற்கு இலக்கு கௌரிதான்!

சூரியின் உணர்ச்சி மற்றொருவிதம். என்றைய தினம் மீனியின் சாக்கிட்டுத் தனக்கு அடிவிழுந்ததோ அது முதல் அதை எப்படியாவது தொலைத்து விடவேண்டு மென்று அவன் நினைத்தான். அதற்குக் குறுக்கே நின்றாள் கௌரி, இல்லையா? தவிர அவனைப் பார்த்ததும் மீனி தாவிப் பாய்ந்து ஓடிப்போய் விடுவதும், கௌரியைக் கண்டால் கொஞ்சிக் குலாவுவதும் அவனுக்குப் பிடிக்கவில்லை. ‘ஒரு பூனைகூட என்னைப் பார்த்து அலக்ஷியம் செய்யும்படி ஆகிவிட்டதா?' என்ற துயரம். இவ்வளவு எண்ணங்களும் சேர்ந்து, மீனியையும் கௌரியையும் ஏககாலத்தில் கர்வ பங்கப்படுத்தி விடு என்று சூரிக்கு உபதேசம் செய்து கொண்டிருந்தன.

ஒருநாள் காலை வெயிலில், குட்டிச்சுவருக்குப் பின்னால் மீனி கால்களை நீட்டிக் கொண்டு சுகமாய்ப் படுத்துக் கிடந்தது. சூரி பார்த்தான். ஒரு பெரிய சாக்கைக் கொண்டு வந்து, 'திடும்' என்று பூனையின் மீது போர்த்திச் சாக்கையும் பூனையையும் அப்படியே தூக்கிக் கொண்டு வந்தான். கிழவி பார்த்து, 'அடே! பூனை ஹத்தி செய்யாதே. பிராயச்சித்தம் செய்யப் பணமில்லை!' என்று கூப்பாடு போட்டாள்.

ஒன்றும் செய்யவில்லை. பயப்படாதே என்று சொல்லிக் கொண்டே ஒரு கம்பிக் கூட்டில் கொண்டு போய் அதை அவன் அடைத்து விட்டான். சர்க்கஸில் சிங்கம் புலிகளைப் பழக்கவில்லையா? அதற்குப் பிறகு, இப்படிச் செய், அப்படிச் செய் என்று ஆட்டி வைத்தபடியெல்லாம் அவைகள் ஆடவில்லையா? அதைப்போல், புலிக்குப் பதிலாகப் பூனையை வைத்துக் கௌரியைக் கண்டால் ஓடிப்போகும் படி பழக்கவேண்டுமென்ற உத்தேசம் போலும் சூரிக்கு! மீனி சிறிது நேரம் கத்திப் பார்த்தது. பிறகு கூண்டுக்குள் குறுக்கும் நெடுக்குமாய் நடந்து கம்பி இடுக்குகளில் முகத்தை விட்டுப் பார்த்தது. அப்பால் கம்பிகளை முன் கால்களால் பிறாண்டிப் பார்த்தது. ஒன்றும் பலிக்கவில்லை. திரும்பவும் முன் போல் அலையத் தொடங்கிற்று. சிறிது நேரம் சென்று சூரி பூனைக்குப் பால் கொண்டு போய் வைத்தான். என்ன காரணத்தாலோ மீனி பால் சாப்பிட மறுத்தது. கண்களை மூடிக்கொண்டு ஏதோ குருட்டு யோசனை செய்தது.

நடந்தது அவ்வளவும் கௌரிக்குத் தெரியும். இருந்தாலும் அவ்வளவு வெளிப்படையாய்ச் சூரியின் விரோதி ஆவதற்குக் கௌரிக்குத் துணிவில்லை. இருந்தாலும் மீனியின் நிலைமைக்காக வருந்தாமல் இருக்கவில்லை. அன்று கௌரிக்கு சாப்பாடுகூடச் சரியாகச் செல்லவில்லை. இரவு எப்பொழுது வரும் என்று காத்துக் கொண்டிருந்தாள்.

இரவு ஒன்பது மணியிருக்கும். எங்கே கூட்டில் பூனை செத்துப் போய்விடப் போகிறதோ என்று பயந்து மெதுவாய் ஒருவருக்கும் தெரியாமல் கூட்டை அப்படியே வெளியே எடுத்துக் கொண்டு போய்ப் பூனையை விட்டு விடுவோம் என்ற எண்ணத்துடன் கிழவி அக்கூட்டண்டை வந்து சேர்ந்தாள். அங்கே கொஞ்சம் இருட்டு; அவ்விருட்டில் மற்றோர் உருவம் தோன்றிற்று. 'யாரது?' என்றாள். 'நான்தான்' என்றாள் தூங்கிப்போய் விட்டதாக கருதப்பட்ட அந்த கௌரி.

இருட்டில் இங்கே என்ன செய்கிறாய்?' என்றாள் கிழவி.

' நீ என்ன செய்யப்போகிறாய் பாட்டி?' என்று பதில் கேள்வி கேட்டாள் கௌரி

'பயப்படாதே; உன் பூனைக்குட்டியைச் சந்தில் கொண்டு போய் விட்டு விடுகிறேன். இல்லாவிட்டால் இந்தச் சூரி அதைக் கொன்றுவிடுவான்... நீ என்ன செய்கிறாய் இருட்டில்?'

ஒன்றுமில்லை என்று கௌரி சொன்னது பொய். உண்மையில் சாயங்காலம் தனக்குக் கிடைத்த காபியில் கொஞ்சம் ரகசியமாய் மிகுத்து வைத்திருந்ததை அப்பொழுதுதான் மீனிக்குக் கொடுத்து முடிந்திருந்தது.

'ஆனால், சரி, நீ இங்கேயே இரு ; நான் கொண்டு போய் விட்டு விடுகிறேன்' என்றாள் கிழவி.

கௌரிக்கு மீனியை இழக்கவும் இஷ்டமில்லை; குற்றவாளியைப் போல் கூட்டில் பார்க்கவும் இஷ்டமில்லை. முடிவில் எங்கேயாவது பிழைத்துக் கிடக்கட்டும் என்று தானும் சந்து வரையில் போய்விட்டு வந்தாள். சனி ஒழிந்தது என்று கிழவி அகமகிழ்ந்து கொண்டிருந்தாள். கௌரிக்கோ துக்கம் நெஞ்சை அடைத்தது. அவரவர்கள் படுக்கப் போய் விட்டார்கள்.

நல்ல நிசிவேளை. பின்னும் ஓர் உருவம் பூனையைப் பார்க்க வந்தது ஆஜர் பார்க்க ! சந்தேகமென்ன? சூரி தான் ! இருட்டில் குனிந்து பார்த்த பொழுது கூடுமட்டும் இருந்தது; பூனையைக் காணோம். வடவாக்கினி போலக் கோபம் சீறியெழுந்தது; அந்தக் கௌரியை ஒரு கை பார்க்கிறேன். ராத்திரி பூனையை விரட்டி விட்டால் எனக்குத் தெரியாமல் போய்விடுமா?- இருக்கட்டும் என்று சபதம் செய்தான்.

மறுநாள் பொழுது விடிந்தது. கிழவி படுக்கையை விட்டு எழுந்ததும் மீனி முகத்தில் விழித்தாள்; சிவ சிவ! போன சனியன் திரும்பிவந்து விட்டதா என்று தலையில் அடித்துக்

கொண்டாள். ஆனால் கௌரியின் மகிழ்ச்சிக்கு அளவில்லை. கொல்லைப் பக்கம் பல் துலக்கப்போனாள். வெந்நீர் அடுப்புக் கூரைமேல் பூனைக்குட்டி பதுங்கிக் கொண்டிருந்ததைப் பார்த்தாள்.

'அட மீனி!' என்றாள் கௌரி.

'மியாவ், மியாவ்' என்று கத்திக்கொண்டே அவளருகில் வந்தது பூனை.

'என்னை விட்டுப் போகமாட்டியோ? நல்ல மீனி! தங்கக் கம்பி; கண்ணு!'

'மியாவ் மியாவ்'.

'சூரி பார்த்தால் ஓடிப்போன திருடன் என்று உன்னைக் கொன்றுவிடுவானே- என்ன செய்கிறது?'

'மியாவ் மியாவ்'.

இப்படி கௌரியும் மீனியும் பிரேமா பாஷையில் பேசிக் கொண்டிருந்த பொழுதே சூரி வந்துவிட்டான்.

'ஏண்டி கௌரி! பூனைக்குச் செப்பிடுவித்தை தெரியும் போலிருக்கிறது. கூட்டிலே இருந்து தானே வெளியிலே வந்துவிட்டதே' என்று கண்ணைச் சிமிட்டினான்.

"போடா குரங்கு! எனக்கென்னடா தெரியும் அதெல்லாம்?' என்று சீறினாள் கௌரி.

மீனி நாயைக் கண்டது போல் எங்கேயோ நடுங்கிப் பதுங்கி விட்டது.

சூரிக்கு அவமானம் தாங்கவில்லை. 'நான் கௌரிக்கு அண்ணன்' என்று உணரும்படி செய்யாவிட்டால் என் பெயரை மாற்றிக் கொள்கிறேன்' என்று சங்கல்பம் செய்து

கொண்டான். ஆனால் பதட்டமாய் ஒன்றும் செய்யவில்லை. தந்திரத்தைக் கையாண்டான்.

கௌரி! உன்மேல் எவ்வளவு ஆசை பார்த்தாயா மீனிக்கு! போன ஜன்மத்திலே அது உனக்குத் தங்கை அதுதான் அவ்வளவு கொஞ்சுகிறது. அப்போது நான் ஓர் எலி. அதுதான் உங்கள் இரண்டு பேருக்கும் என் மேல் கோபம் வருகிறது. பழயதெல்லாம் போகட்டும். இனி மேல் எல்லாரும் சேர்த்தியாய் இருப்போம். சரிதானா?' என்று அழகாய் உருக்கமாய்ப் பேசினான்.

கௌரி வெகுளிதானே! பேச்சு அவள் மனதைக் கரைத்தது. அண்ணாவுக்கு நல்ல புத்தி வந்துவிட்டதென்ற சந்தோஷத்தால் தன் பக்ஷணத்தில் ஒரு பங்கு அண்ணனுக்கு வழங்கினாள்.

மணி பத்தடிக்கவே சூரி காலைப் பள்ளிக்கூடத்திற்குப் போய்விட்டுத் திரும்பினான். இரண்டாம் தரம் சாப்பிட்டான பிறகு ஒரு அழுக்குக் கடுதாசியை எடுத்து எழுதினான்.

'சார் அவர்களுக்கு,

எனக்கு ரொம்ப ரொம்பத் தலைவலி. பாட்டி மத்யானமாய்ப் பள்ளிக்கூடம் போகாதே இன்னூட்டாள். எனக்குப் பொட்டில் மொளகு அறச்சுப்போட்டிருக்கு. எனக்கு லீவ் வேணும்.

டி. சூர்யநாராயணமூர்த்தி.

இக்கடிதத்தை அடுத்த வீட்டுப் பையனிடம் கொடுத்தனுப்பி விட்டான். வயிற்றுவலி ; பள்ளிக்கூடம் போக முடியாது என்று பாட்டியிடம் சொல்லிவிட்டு ஒரு பாயை எடுத்துப் போட்டுக் கொண்டு நான்கு தரம் அங்கப் பிரதக்ஷிணம் செய்தான். பாட்டி குழந்தைக்கு ஓமமும் வெற்றிலையும் கொடுத்துவிட்டு, மூக்குக்கண்ணாடியை மாட்டிக் கொண்டு மெய்மறந்து ஞானவாசிஷ்டம் படிக்க ஆரம்பித்து விட்டாள்.

சமயம் வாய்த்ததென்று பாயை விட்டுச் சூரி மெதுவாய் நழுவினான். வீட்டின் இரண்டு கட்டிலும் கௌரியைக் காணோம். திருடர்கள் கொல்லையிலிருப்பார்கள் என்று எண்ணிக் கொண்டே குதிருக்குப் பின் வைத்திருந்த சிட்டுப் புள் கழியை முதுகுக்குப் பின்னால் ஒளித்து எடுத்துக் கொண்டு கொல்லைப்புறம் போனான்.

கௌரி ஒரு காலை நீட்டிக்கொண்டு ஆனந்த சாகரத்தில் மூழ்கியபடி உட்கார்ந்திருந்தாள். எதிரே அம்மானைக் காய்கள் கிடந்தன. மீனி அவைகளைக் கடித்துக் கொண்டிருந்தது. சூரிக்கு மீனியைக் கொல்ல வேண்டுமென்ற எண்ணமல்ல. பள்ளிக்கூடத்து வாத்தியார் ரூல் கழியால் லேசாகத் தலையில் தட்டுகிறாரே அதைப்போல் மீனிக்கு இரண்டு தட்டுப் போட்டால் அது வழிக்குவந்து விடும் என்ற யோசனை; மெதுவாய் கௌரிக்குத் தெரியாமல் அவளுக்குப்பின் போய் நின்று, ஓர் அடி போட்டான். அது இவ்வளவு பலமாய் விழும் என்று அவனே எதிர்பார்க்கவில்லை. அடிப்பதற்கு முந்தி கௌரி பார்த்து விடப் போகிறாளே என்ற பயத்தாலேயே அடி அவனை யறியாமலே பலமாய் விழுந்துவிட்டது.

மீனி பிரமாதமாய் அழுதவண்ணம் ஒடிந்துபோன இடுப்பை இழுத்துக்கொண்டு ஒரு புதருக்குள் மறைந்தது.

சூரிக்குக் குலை நடுங்கிற்று. அதைப் பொய்க் கேள்வியால் மறைக்கப் பார்த்தான். 'ஏண்டி கௌரி! நான் விளையாட்டுக்குத் தானே மெதுவாய்த் தட்டினேன். உன்னைப் போலவே உன் பூனையும் மாமாலம் பண்ணுகிறதே.'

கௌரி பதில் சொல்லவில்லை. முகம் கடுகு போலாகி விட்டது. பூனைகிட்டப் போனாள் தடவிக் கொடுப்பதற்காக. மீனி பழய மீனியாகவே இல்லை. நல்லபாம்பு போல் புதருக்குள்ளிருந்தபடியே சீறிற்று. 'மீனி! மீனி!! நான் கௌரிதானே? ஒன்னோடே சேத்திதானே. கோவிச் சுக்கறயே? கொலைகாரன் சூரி இன்னா அடிச்சான்' என்று அழுகையுடன்

கெஞ்சினாள். மீனி புஸ் புஸ் என்று கீறியதுமல்லாமல் கௌரியின் கைகளைப் பிறாண்டிவிட்டது. அவ்வளவு துன்பம் போலும்! கௌரிக்குப் பிறாண்டினது கூடப் பெரிதாய்த் தோன்றவில்லை. தன்னையும் பார்த்து மீனி நடுங்கலாச்சே என்ற துக்கம். துக்கத்தால் அழுகை பலத்தது; தாரை தாரையாய்க் கண்களில் நீர் வடிந்தது.

கௌரி அழுவதைப் பார்த்த சூரிக்கு என்றும் அறியாதவாறு கண்ணீர் ததும்பிற்று. அண்ணனும் தங்கையும் ஒருவரைப் பார்த்து ஒருவர் தேம்பித் தேம்பி அழுதார்கள். அழுகை ஓய்ந்ததும் சூரி போய் மீனிக்கு வைத்தியம் செய்ய முயன்றான். பிரயோஜனப்படவில்லை. பிறகு இருவரும் கைகோத்துக்கொண்டு உள்ளே போய் விட்டார்கள்.

இரவு வந்தது. கிழவி கௌரியைப் பார்த்து 'எங்கே என் பிரதிவாதி உன் மீனி?' என்றாள். கௌரி கண்களில் வரும் ஜலத்தைக் கசக்கிக்கொண்டு, போ பாட்டி, உனக்கு வேறே வேலையில்லையா?' என்றாள்.

அன்றிரவு பத்துமணிக்கு மேல் மழை பிடித்துக் கொண்டது. ஒரே பாயில் படுத்துக் கொண்டிருந்த சூரியும் கௌரியும் மீனியை உத்தேசித்து மழையைத் திரும்பிப் போகும்படி பிரார்த்தித்துக் கொண்டிருந்தார்கள்.

மறுநாள் அதிகாலையில் கரீச்சான் குருவியும், சேவலும், பச்சைக் குழந்தைகளும் எழுந்திருக்கும் நேரத்தில் இருவரும் எழுந்திருந்து கொல்லைப் புதரில் போய்ப் பார்த்தார்கள். பூனை கண்ணில் படவில்லை. எங்கேனும் போய் இருக்கும் என்று திருப்தியடைந்தார்கள்.

அந்திப்பொழுது பலமாய்க் காற்று கிளம்பிவிட்டது. மரங்களெல்லாம் பேயாடின. தெருக்களில் தென்னை மட்டையும் உதிர்ந்த இலைகளும் விழுந்தன. இலைச்சருகுகள் சுழன்றன. வடகிழக்கிலிருந்து சமுத்திரமே புரண்டு வருவது போல் கருமேகக் கூட்டங்கள் வானில் வந்து நிரம்பின. ஓஹோ, மழைகாலத் துவக்கம்!

பள்ளிக்கூடத்திலிருந்து திரும்பிவந்த சூரிக்கு ஒரு குடைச்சல், சந்தேகம்- ஒருவேளை தாங்கள் காலை இருட்டில் பூனையைச் சரியாகத் தேடவில்லையோவென்று. அப்படி இருந்து விட்டால் இரண்டாவது நாளும் மீனி மழையில் நனைந்து விடுமே என்று நினைத்து கௌரியையும் அழைத்துக் கொண்டு கொல்லைப்புறம் போனான்.

காலையில் பழய பத்திரிகையோ இலைச்சருகோ என்று அலக்ஷியம் செய்தது இப்பொழுது மீனியென்று தெரிந்தது.குழந்தைகள் நெஞ்சம் இளகி நீராகிவிட்டது. பரபரப்பாய் இருவரும் உள்ளே சென்று ஆளுக்கொரு பிடி நெய்யும் சாதமுமாய்க் கொண்டு வந்து மீனியின் முன் வைத்தார்கள். அது ஆவலின்றிக் கொஞ்சம் தின்றது. அன்றாவது மழையில் நனையாமல் உள்ளே இருக்கட்டும் என்று அவர்கள் மீனியைப் பிடிக்க முயன்றும் பயன் படவில்லை. வலி பொறுக்க மாட்டாமல் இருவர் கையிலும் கீறி ரத்தக் காயம் அடித்துவிட்டது. கௌரி கண் கொட்டாமல் சூரியைப் பார்த்தாள். அவன் தலைகவிழ்ந்து கால் கட்டை விரலால் மண்ணைத் தோண்டினான். மழை வந்ததும் குழந்தைகள் உள்ளே போய்விட்டார்கள்.

அன்றுமுதல் எட்டுத்திக்கும் கரைந்துவிடும் படியாக மழை பொழிந்தது. ஜலப்பிரளயம். வெளியே தலைநீட்ட முடியாது. அப்படியும் குழந்தைகள் ஒவ்வொரு தினமும் புதரடியில் மீனிக்குக் கொண்டு போய் ஏதேனும் ஆகாரம் வைப்பார்கள். மூன்றாவது நாள் போன பொழுது மீனி விறைத்துக் கிடந்தது. பாவம், இருகுழந்தைகளும் அதைப்பார்த்து விம்மி விம்மி அழுதார்கள். அவர்களுக்குத் தேறுதல் சொல்லிய கிழவியின் வார்த்தைகள் அவ்வளவும் புதுக்கோட்டை அம்மன் காசு கூடப் பெற வில்லை.

புருஷன் எழுதின கதை

கூடத்தில் தரை மீது உட்கார்ந்திருந்த ருக்மணிக்கெதிரே தாள்கள் பரப்பிக் கிடந்தன. உதட்டண்டை பென்சிலை செங்குத்தாகப் பிடித்துக் கொண்டபடியே, அவள் யோசனையிலாழ்ந்திருந்தாள். அப்பொழுது அவள் கணவன், சோமசுந்தரம் போட்டிப் பரிசுத் தாள்களைக் கையிலெடுத்துக் கொண்டு உள்ளே நுழைந்தான்.

'என்ன யோசனை? ஏதோ எழுதிக்கொண்டிருக் கிறாயே?'

'ஆமாம்-நான் பிறந்த கதையை.'

'முட்டாள்.'

'சந்தேகமென்ன? முட்டாளின் கதைதான்.'

'உனக்கு கிறுக்கு ஜாஸ்தி' என்று பின்னலைச் சொடுக்கி விட்டுப் பக்கத்தில் உட்கார்ந்து ஒரு தாளை எடுத்தான்.

அதில் எழுதியிருந்தது :--

'சாரதா!'

'ஏன்?'

'ரொம்ப அவசரம். ஏதாவது சின்ன நகையாய் வேண்டியிருக்கிறது. மிளகுவளை போதும்.'

'நீங்கள் எப்பொழுதுமே இப்படித்தான். எனக்குப் போட்ட நகையில் பாதிதான் பாக்கி இருக்கிறது.இப்படி ஒவ்வொன்றாய்-போகட்டும். இப்பொழுது எதற்காக?"

'எதற்காகவா? இப்படி அந்த நாள் கற்பரசிகள் கணவன் மார்களைக் கனவிலாவது கேட்டிருப்பார்களா? காரியமில்லாமல் கேட்பேனா என்று தெரியவில்லையே.'

உங்கள் லாப நஷ்டத்தில் நானும் கொஞ்சம் பங்கெடுத்துக் கொள்ள இடம் தரலாகாதா? நமக்குள் அந் தரங்கம் என்பது வேண்டாமா?'

'தட்டாமல் செய்துவிட்டு விவரம் கேட்பது ஹிந்து ஸ்திரீ தர்மம். எனக்குக் கருத்தில்லையா?'

சாரதா மிளகு வளையலைக் கழற்றிக் கீழே வைத் தாள். 'இதோ வந்து சமாசாரம் சொல்லுகிறேன்' என்று ராகவன் வெளியே போய்விட்டான்.

பத்து நாட்கள் சென்றன. மத்தியானமாய் சாரதா அப்பளமிட்டுக் கொண்டிருந்தாள். அருகில் அவளுடைய நாத்தி வில்லை தட்டிக்கொண்டிருந்தாள்.

'ஏண்டீ சாரதா! மிளகு வளை எங்கே?'

'எண்ணெய் தேய்த்துக் கொண்டேனல்லவா? கழட்டி வைத்திருக்கிறேன்.'

'எண்ணெய் தேய்த்துக்கொண்டால் கல் நகையைக் கழட்டி வைக்கிறதென்று கேள்விப்பட்டிருக்கிறேன். கை வளையைக் கழட்டி வைக்கிறதென்று கேள்விப்பட்ட தில்லை ... நிஜத்தைச் சொல்லிவிடு.'

'நிஜமாகத்தான் சொல்லுகிறேன்.'

'வெறும் பொய். அப்படியென்றால் மூங்கில் வளை மாத்திரம் கையில் இருப்பானேன்?'

'ஸ்நானம் செய்தபிறகு வெறும் கையாய் இருக்க வேண்டாமென்று அதை மாத்திரம் எடுத்துப் போட்டுக்

கொண்டேன்.'

'நான் நம்பவில்லை. எதோ திரிசமன் இருக்கிறது.'

'சரி.'

'கெட்டுப் போக்கிவிட்டு சால்ஜாப் சொல்லுகிறாப் போல் இருக்கிறது.'

'இருக்கும்.'

'அண்ணா இடத்தில் சொல்ல வேண்டியதுதான். சொல்லட்டுமா?'

'வேண்டாம், வேண்டாம்.'

'அப்படி யென்றால் நிஜத்தை மரியாதையாய்க் கக்கி விடு.'

'அதை மாத்திரம் கேட்க வேண்டாம். பிறகு வருத்தமாயிருக்கும்.'

'யாருக்கு?'

'உங்களுக்கு-எனக்கு.'

'பாதகமில்லை. இந்தப் பனங்காட்டு நரி சலசலப்புக்கு அஞ்சாது: தெரியுமா? நீ பயமுறுத்தினால் பயப்பட மாட்டேன். நிஜத்தை சொல்லிவிடு.'

சாரதா ஒரு நிமிஷமாகியும் பதில் சொல்லவில்லை. உடம்பைப் போட்டு திருகிக் கொண்டிருந்தாள். கை விஷமம் பண்ணிற்று.

'இப்பொழுது சொல்லப்போகிறாயா இல்லையா?' என்றாள் நாத்தி.

இதைப் படித்துவிட்டு 'ஏன் ருக்மணி! பாக்கியை எழுதவில்லை' என்று கேட்டான் சோமசுந்தரம்.

'ஒன்றும் ஓடவில்லை.'

'பேச்சு கிராமபோனில் பிடித்தாற் போலிருக்கிறது. மிச்சத்தையும் எழுதினால் ஏதாவது துட்டு சம்பாதிக்கலாம்.'

'துட்டில் தான் எப்பொழுதும் குறி-- உங்களுக்கு.'

'உனக்கு - உதவாத கற்பனையில்!'

'சண்டை வேண்டாம்..... நீங்கள்தான் கதையைப் பூர்த்தி செய்யுங்களேன்.'

'மத்யானமாய்ப் பார்ப்போம். ஒரு எட்டு ரூபாய் பணம் வேண்டியிருக்கிறது. கைமாற்று அகப்படவில்லை.'

'எதற்காக?'

'ஐயாயிரம் ரூபாய் சம்பாதிக்க வேண்டியிருக்கிறது.'

'சம்பாதித்தால், வைரத்தோடு வாங்கித் தருவதா யிருந்தால் சொல்லுங்கள், யோசிக்கிறேன்' என்று குறும்பாய்ச் சிரித்தாள் ருக்மணி.

'கட்டாயம்' என்று சோமசுந்தரமும் சிரித்தான்.

'அதுசரி, பணம் எப்படிக் கிடைக்கும் என்று கேட்க வில்லையே? 'டைம்ஸ்' என்று ஒரு பத்திரிகையில் ஊர்கள் போட்டிப் பரிசு விளம்பரம் செய்திருக்கிறான்.'

'ஓ? போட்டிப் பரிசா? கட்டாயம் ஜெயம் தான்... கெடு எவ்வளவு?'

'இன்னும் இரண்டு நாளிருக்கிறது/ விடை பிச கென்று மூச்சுப் பரியக்கூடாது. அலசி அலசி விடை கண்டுபிடித்திருக்கிறேன்.'

'நாளைக்குப் பார்ப்போமே.'

மறுநாள் காலையில் சோமசுந்தரம் ருக்மணியிடம் 'இதோ பார்' என்று இரண்டு தாள்களை நீட்டிவிட்டு, சாய்மான நாற்காலியில் உட்கார்ந்தான்.

அவைகளில் எழுதியிருந்தவை :-

'இப்பொழுது சொல்லப்போகிறாயா இல்லையா?' என்றாள் நாத்தி.

சாரதாவோ மகா உத்தமி. நளாயினியைப் போன்றவள். கணவன் கிழித்த கோட்டைக் கனவிலும் தாண்டியறியாதவள். தன்னுடையது என்று ஒருவித உரிமையும் பாராட்டாதவள். கணவனும் கடவுளும் அவளுக்கொன்று.

அப்பேர்ப்பட்டவளா ராகவனைக் காட்டிக் கொடுப்பாள்!

'நீங்கள் நச்சுப்படுத்துகிறீர்களே என்று சொல்லுகிறேன். அவருக்குத் தெரிந்தால் கோபிப்பார். சொல்லி விட வேண்டாம். கோடி புண்யம் உண்டு.'

'அப்பொழுதே தெரியுமே!'

'பார்த்தீர்களா அக்கா! செய்தது புத்தியில்லாக் காரியம் என்று ஒப்புக்கொள்ளும்பொழுதே கோபம் வருகிறதே. சொல்லிவிட்டால்?'

'இல்லை, இல்லை. அறியாமல் வார்த்தை வழிந்து போயிற்று, நீ சொல்லு.'

'கோடி வீட்டு செல்லப்பெண் இருக்கிறாளல்லவா, அவள் எங்கோ கல்யாணத்திற்குப் போகவேண்டுமென்று மிளகு வளையை இரவல் கேட்டாள். எனக்கென்ன தெரியும்? கொடுத்துவிட்டேன். பிறகு போன வாரம் திருப்பிக் கொடுத்தனுப்பினாள். அதை வாங்கி எங்கேயோ இடது கையால் வைத்துவிட்டேன் போல் இருக்கிறது.'

'நீட்டி முழக்குவானேன்' என்று நாத்தி குறுக்கிட்டாள்.

'அப்படி இல்லை. கீழே வைத்தேனல்லவா? அப்புறம் மறந்து போய்விட்டேன். இரும்படுப்பிலிருந்து தணலைக் கீழே கொட்டி, நெய் உருக வைத்து விட்டு, கிணற்றங் கரைக்குப் போய் வந்தேன். இந்த வளையல் கண்ணில் பட்டது. சில இடங்களில் கருப்பாக இருந்தது. இதென்னடா என்று எடுத்துப் பார்த்தேன். என் வளையலே இல்லை போல் தோன்றிற்று. வெறும் இமிடேஷன்! அதை எப்படி செல்லப் பெண்ணைப் போய்க் கேட்கிறதென்ற பயம். அதை யார் போட்டுக் கொள்ளுகிறதென்று ட்ரங்கில் ஒரு மூலையில் போட்டிருக்கிறேன். என்ன செய்கிறது? ...அக்கா! மறந்துபோய் அண்ணாவிடம் உளறி விடவேண்டாம்; ஜாக்ரதை.

'உன் புத்தியை ஜோட்டால் அடித்துக்கொள்' என்று அனுக்ரகம் செய்தாள் நாத்தி.

அன்றைய தினம் சாயங்காலம் சாரதா ஆற்றங்கரைக்குப் போயிருந்த நேரத்தில், 'பார்த்தாயா- உன் மனைவி சாமர்த்தியத்தை! மிளகு வளையைத் தொலைத்து விட்டு திருடனைத் தேள் கொட்டினாற்போல் இருக்கிறாள். உனக்குத் தெரியுமா?' என்று நாத்தி ராகவனைக் கேட்டாள்.

'எனக்குத் தெரியாது. என்ன விசேஷம்?' என்றான் சகோதரன்.

அதன்பேரில் சாரதா சொன்ன விஷயத்தை பிராஸம் போட்டு நாத்தி சொல்லி முடித்தாள்.

'இப்படி சமாசாரம் என்று யார் சொன்னது உனக்கு' என்று கேட்டான் ராகவன்.

'சாரதா!'

தொலையட்டும், அவள் நகைதானே என்று தன் அலுவலைப் பார்க்கப் போய்விட்டான்...

இரவு நிலா பளிச்சென்று பிருமானந்தமாய் காய்ந்து கொண்டிருந்தது. மாடியில் சாரதா வெற்றிலை போட்டுக்

கொண்டிருந்தாள். ராகவன் தன் வாயிலிருந்த தம் பலத்தை உமிழ்ந்து விட்டுத் திரும்பி வந்தான்.

'நீங்கள் தான் புகையிலை போட்டுக் கொள்வதில்லையே. ஏன் உமிழ்ந்து விட்டு வருகிறீர்கள்.' என்றாள் சாரதா.

'இன்றைக்கு உன் கையால் வெற்றிலை வாங்கிக் கொள்ள வேண்டுமென்றிருந்தேன். மறந்துபோய் நானாகவே போட்டுக்கொண்டு விட்டேன். அதற்காகத் தான்.'

'இன்று என் விரலில் புதிதாக ஏதாவது வைரம் வைத்து இழைத்திருக்கிறதா என்ன?'

'சந்தேகமென்ன ; பத்தரைமாற்றுத் தங்கமல்லவா நீ ! என்னைக் காட்டிக் கொடாமலிருப்பதற்காக தங்கையிடம் இப்படி அண்டப்புளுகு புளுகி இருக்கிறாயே ! இது அந்தக் காலத்துக் கற்பரசிகள் செய்கை போலிருக்கிறது. பூர்வ ஜன்மத்தில் நல்ல பூஜா பலனைச் செய்திருக்கிறேன்' என்று சொல்லியபடியே மனைவியின் தாமரை ஒத்த கையை ராகவன் அன்புடன் பற்றினான்.

'அதைப் படித்ததும் புருஷர்கள் எழுதிய கதை என்று நெற்றியில் எழுதி ஒட்டி இருக்கிறதே' என்று ருக்மணி விமர்சனம் செய்தாள்.

'அதெப்படி?' என்றான் சோமசுந்தரம்.

'இதோ சொல்லுகிறேன். நேற்று யோசனை ஓடவில்லை என்று உங்களை எழுதச் சொன்னேனல்லவா?

'ஆமாம்'.

'அதற்குப் பிறகு என்னமோ தோன்றிற்று. விரு விரென்று எழுதி முடித்துவிட்டேன். இதோ கொண்டு வருகிறேன்' என்று பெட்டியிலிருந்து இரண்டு தாள்களைக் கொண்டுவந்து கொடுத்தாள். சோமசுந்தரம் படித்தான்:

'இப்பொழுது சொல்லப்போகிறாயா இல்லையா?' என்றாள் நாத்தி.

'தொந்தரவு கொடுக்கிறீர்கள், சொல்லி விடுகிறேன். பிறகு ஆனது ஆகட்டும்.. ...உங்கள் அண்ணா வாங்கிக் கொண்டிருக்கிறார்.'

''பாகற்காயைப் பூனை தூக்கிக் கொண்டு போய் விட்டது- அப்படித்தானே, சாரதா' என்று நாத்தி கேலியாய்ச் சிரித்தாள். சாரதா அழாத தோஷமாய்ச் சாதித்தாள்.

ஆனால் அவனைக் கேட்கட்டுமா?

கேட்கவேண்டாம்.

'கோடி புண்யம் உண்டு. ஒருவரிடமும் சொல்லாதே என்று வாங்கிக்கொண்டிருக் கிறார். நீங்கள் கேட்டுவிட்டால் எனக்கு ஆபத்து.'

'ஹூ' என்று பெருமூச்செறிந்தாள் நாத்தி. அதற்குப் பிறகு மௌனமாய் இருவரும் அப்பளமிட்டு முடித்தார்கள்.

அன்றைய தினம் சாயங்காலம் சாரதா ஆற்றங் கரைக்குப் போயிருந்தபொழுது, நாத்தி ராகவனைக் கண்டு 'ஏண்டாப்பா! சாரதா மிளகு வளையைப் பிடுங்கிக் கொண்டிருக்கிறாயாமே' என்றாள்.

'பிடுங்கிக்கொள்ள வில்லையே.'

'ஆனால் ?'

'அவளைக் கேட்டேன். கொடுத்தாள்.'

'எதற்காக?'

'ஒருவரிடம் கைமாற்று வாங்கியிருந்தேன். நாளாகி விட்டது. அவன் நோட்டீஸ் கொடுத்துவிட்டான். அதற்காக இதை விற்றுக் கொடுத்து விட்டேன்.'

'அடே ! முட்டாள் பையா!'

இரவு. தலையெழுத்தே என்று நிலாச்சுருணை ஆகாயத்தை அரைகுறையாய் மெழுகி வைத்திருந்தது. மாடியில் ராகவன் தனிமையாய் உட்கார்ந்திருந்தான். ஒரு கையில் வெற்றிலைத் தட்டும், ஒரு கையில் கூஜாச் செம்புமாக சாரதா மாடிக்கு வந்தாள். கணவன் அவளைச் சட்டை செய்யவில்லை. எதோ சிரமம் போலிருக்கிறது என்று நினைத்து பரிவுடன் தீர்த்தம் வேண்டுமா! என்று கேட்டாள்.

'வேண்டாம்' என்று கடுகு வெடித்தாற் போல கூறினான் ராகவன்.

ரொம்ப அலுத்துப்போய் இருக்கிறார் என்று நினைத்து வாசனைப் பாக்கை சுண்ணாம்பிட்ட வெற்றிலையில் வைத்துக் கட்டி "இந்தாருங்கள், பீடா" என்று இன்புறுத்த முயன்றாள்.

'உன் கையில் மனிதன் வாங்கிச் சாப்பிடுவானோ' என்று சீறினான். சாரதாவுக்கு திகைப்பு மேலிட்டு சோகம் பிறந்து கண்ணில் நீர்வடிந்தது.

'என்மீதென்ன கோபம்? நான் ஒரு பிசகும் செய்யவில்லையே.

'பிசகு செய்யவில்லையா. ? நான் நகை வாங்கிக் கொண்டதை என் தங்கையிடம் சொல்லவேண்டா மென்று கிளிப் பிள்ளைக்குச் சொல்வது போல சொல்லி யிருந்தேனல்லவா? ஏன் பிதற்றி விட்டாய்' என்று கொட்டாங்கச்சி அடுப்பில் இரைவது போல எரிந்து விழுந்தான்.

'முதலில் கழட்டி வைத்திருக்கிறேன், அப்படி இப்படி என்று சொல்லிப் பார்த்தேன். நம்பவில்லை. நான் யோசித்தேன்.

விஷயத்தைச் சொல்லாமலிருந்தாலும் சரி, சொன்னாலும் சரி ; ஏதேனும் என்னைப் பற்றி உங்களிடம் கோள் சொல்லத்தான் போகிறாள். காரிய மென்னவோ முடிந்து விட்டது. நிஜத்தைச் சொல்லித் தான் பொல்லாப்பு அடைவோமே என்று சொல்லி விட் டேன். சொல்லாமல் என்ன செய்கிறது?'

'ரகசியத்தைப் போட்டு உடைத்துவிடுகிறது! வெகு அழகு. கணவனுக்கும் மனைவிக்கு முள்ள அன்பும் அந்தரங்கமுமே இந்த நாளில் கிடையாது. கலிகாலம்! நீதான் என்ன செய்வாய்?'

'நான் ஒன்றும் விகல்பமாய்ச் செய்ததாகத் தெரியவில்லையே.'

'அடெ சை! கட்சி பேசாதே. அப்புறம் கோபம் வரும். பேசாமல் போ கீழே' என்று மாடிப்படியைச் சுட்டிக் காட்டினான் ராகவன்.

சாரதா கண்களைப் பிசைந்து கொண்டாள். சிவனே என்று தலையைத் தொங்கப் போட்டுக் கொண்டு கீழே இறங்கினாள். மாடிப்படிகளில் இறங்கிய பொழுது கால் மெட்டிகள் செய்த ஓசை கர்ண கடூரமாய் இருந்தது...

அதைப் படித்த சோமசுந்தரத்திற்கு ருக்மணியின் முகத்தைப் பார்க்கக் கொஞ்சம் கூச்சமாயிருந்தது. தாளினால் முகத்தை மறைத்தபடியே 'உன் கதை நன்றாய் இருக்கிறதே' என்றான்.

'எல்லாம் உங்கள் ஆசீர்வாதம்... 'ஊர்கள் போட் டிப் பரிசுக்கு வேண்டுமானால் இன்றே பணம் அனுப்பி விடலாம். பக்கத்து வீட்டில் கேட்டு வாங்கி வைத்திருக்கிறேன். கொண்டுவரட்டுமா' என்றாள் ருக்மணி.

சோமசுந்தரம் ஜேபியில் இருந்த பரிசுத் தாள்களை எடுத்து நூறு சுக்கலாய்க் கிழித்தெறிந்தான். வெற்றியை விளக்கும் புஷ்ப வர்ஷம் போல் அவைகள் பறந்து விழுந்தன.

காபூலிக் குழந்தைகள்

நல்ல உச்சி வெய்யில். ரஸ்தாவின் தார் உருகி ஈயம் போல் ஓடிற்று. தெப்பக்குளத்தினின்று சூடான காற்று குப் குப் என்று வந்தது. குளத்து நீரில் விழுந்த சூரிய கிரணங்கள் நீராழி மண்டபத்தின் மீது பாய்ந்து விளையாடிக் கொண்டிருந்தன. வெப்பம் தாங்காமல் காட்டுப் புறாக்கள் மண்டபத்தின் மாடங்களில் வாயைப் பிளந்து இறகைத் தொங்கவிட்டு நின்றன. தெருவில் நடமாட்டமே காணோம். ஆனால் ஒதியமரத்து நிழலில் சக்கிலியன் ஒருவன் மட்டும் எதையோ ஓயாமல் தைத்துக் கொண்டிருந்தான்.

பொழுது போகாததால் இவ்வளவையும் கவனிக்க நேர்ந்தது. எப்பொழுதும் கலகலப்பாக இருக்கும் என் நண்பன் தையற்காரன்கூட அன்று 'சிடுமூஞ்சி'யாய் இருந்தான்.

‘என்ன தம்பி! காலையில் பூனையைப் பார்த்தாயோ?' என்று கிண்டல் செய்தேன்.

"அது என்ன மூதேவியோ! காலணா இன்னிக்கு காணல்லே. நாளைச் சோறு எப்படியோ?"

'சாமி போடுவாரப்பா' என்று பேச்சு வழக்கத்தை ஒட்டி என் வாய் சொல்லிவிட்டது.

'போதும். உங்களுக்கொரு கும்பிடு; உங்க சாமிக்கு ஒரு கும்பிடு' என்று கையைக் கூப்பினான்.

எனக்கு தையற்காரனைப் புண்படுத்தவேண்டு மென்ற எண்ணமே இல்லை. ஆனால் இப்பொழுது தெரிகிறது-

எப்படி நம்முடைய பேச்சு வழக்கு அநேகமாய் பொருளும் உண்மையுமற்ற ஒரு ஒலிக்கூட்டமாகிற தென்று !

ஏனென்றால் உண்மையில் கடவுளிருந்தால் தையற்காரனை இவ்வளவு சோதனைக்குள்ளாக்க வேண்டியதில்லை. இரண்டு மூன்று மாதத்திற்கு மேலாகவே அவனுக்குத் தொழிலில் வரும்படி மிகமிகக் கம்மி. அதில் அவன் குடும்பத்தை நடத்திவர வேண்டும்- அதாவது பத்து வயதிலிருந்து ஆறுமாதம் வரையுள்ள ஆறு குழந்தைகளுக்கு சோறாவது போட்டாக வேண்டும். ஒரு நாளைக்கு அரை ரூபாய் கூட இல்லாமல் அவன் என்ன செய்யக்கூடும்?

என் நம்பிக்கை அவனுக்குச் சோறாகுமா?

'ஆமாம், போடுவாரு சாமி-கல்லைத்தூக்கி - செட்டிக்கு மூணு மாச வாடகை பாக்கி.. குழந்தைக்கு நாலு நாளாய்க் காய்ச்சல். காலைச் சோறு மண்தான். என்னவோ கதை படிக்கிறீங்க...'

அவனுடைய ஆத்திரம் இன்னும் பொங்கியிருக்கும். அதற்குள் செட்டியாரே வந்துவிட்டார்.

'என்னங்காணும் தையற்காரரே! கால் செருப்பு தேஞ்சுபோச்சு- வாடகைப் பாக்கி கேட்டு. என்னென்ன சால்ஜாப்! ஒரு பிராமிசரி நோட்டாவது எழுதிக் குடுத்து விட்டு அடுத்த வாரம் கடையைக் காலி செய்யும். வட்டி நஷ்டம் தான்; நம்மாலாகாது.'

செட்டியார் அழுகைக்கு தையற்காரன் என்ன சமாதானம் சொல்லமுடியும்? உங்கள் காலில் செருப்பையே காணோமே என்று குத்தலாய்ப் பேசுவதால் வாடகைப் பணத்திற்கு வழி செய்ததாகுமா? தவிரவும் அவன் அப்படி சொல்லக்கூடிய ஆளல்ல.

'செட்டியாரே! தயவுசெய்யுங்க. இப்பொ போதாக் காலம். மூணுமாசமா முழுசா முப்பது ரூபா சம்பாதிக்கல்லே.

நாளைப் போக மறுநாள் வரையில் வாய்தா குடுங்க......
கொஞ்சம் பெரிய மனசு பண்ணுங்க - ஏழை மேலே.'

தையற்காரனுடைய கெஞ்சும் குரல் செட்டியைக் கூட அசைத்து விட்டது, இருந்தாலும் தண்டல் முறையின் பிகுவைக் குறைக்கலாமா?

'அந்தக் கதையெல்லாம் எனக்குத் தெரியாது. நாளைப் போக மறுநாள் பணம் குடுத்தால் போச்சு. இல்லாத போனால் நானே கடை சாமானை வச்சு பூட்டிக் கொண்டு போய்விடுவேன். ஆமாம்.'

தையற்காரன் 'தயவு' என்று சொல்லிக் கும்பிட்டான். செட்டியார் போனவுடன் என் பக்கம் திரும்பினான்.

'பாத்திங்களா என் பாட்டை-ஆத்திலே குளத் திலே விழுந்து சாகலாம். காசில்லாதவனுக்கு மானம் இருக்கப்படாது' என்று நொந்து கொண்டிருந்த பொழுது அவன் மனைவி வந்து சேர்ந்தாள்.

தேங்கிய ஆத்திரத்திற்கு ஒரு திறப்புக் கண்டது போலாயிற்று.

'கழுகு எங்கே வந்துச்சு?' என்றான் தையற்காரன். அவள் கோபமின்றிக் குரல் குழையச் சொன்னாள். 'இனாம் வைத்தியம் செய்யராங்களே பிரஞ்சு துரை சாணிங்க, அவுங்க தெருவோடே போனாங்க. கூப்பிட்டு வந்து குழந்தையைக் காண்பிச்சேன். குழந்தைக்குச் சுரம் முட்டிட்டுப் போச்சு, மாரில் சளி இருக்கு. மருந்து வாங்கிப் பூசுன்னு கடுதாசிலே எழுதித் தந்தாங்க. சோத்துக்கே காசில்லாமே சாவறாமேன்னு அழுதேன். அவுங்க கிட்டெ இருந்த முக்கால் ரூபாயைக் கொடுத்தாங்க. இன்னும் அரை ரூபாய் இருந்தால் மருந்து வாங்கலாம்... புண்யவதிங்க.. சாமிக்குக் கூட வேண்டிக்கிட்டேன் குழந்தை பொழைக்கணும்னுட்டு.

'குழந்தையுமாச்சு குட்டியுமாச்சு. மருந்தில்லாமல் உன் சாமி காப்பாத்தட்டுமே. இங்கே நாகூர் சல்லிச் கூடக் கிடையாது,

இப்பொத்தான் செட்டி கொத்தி விட்டுப் போரான். நீ வேறே வந்துட்டே.'

'எங்கெயாவது பாருங்க ..போனால் வருமா?' என்று கண்ணைத் துடைத்துக் கொண்டாள்.

'ஏன் வராது? இப்பொ இருக்கறதைப் போல இன்னும் தானே வருது... காசும் சோறும்தான் சும்மா வராது...போ.. போ.'

அவள் தலையைச் சாய்த்துக் கொண்டு போய்விட் டாள். எனக்கு எதோ சமாதானம் சொல்ல விரும்பியது போல் அவன் முகத்தில் ஜாடை தெரிந்தது. ஆனால் அப்படி யாதொன்றும் சொல்லாமல் 'கொஞ்சம் இருங்க ...காபி வாங்கிக் கொண்டு வருகிறேன்' என்று சொல்லி விட்டு கடையை விட்டுப் போய்விட்டான்.

இரண்டு மூன்று நிமிஷங்களில் காபியுடன் திரும்பி வந்தான்.

'என்னதான் காசுக்கு லாட்ரி அடிச்சாலும் காபி விடமாட்டே னென்குது, பார்த்தியா?' என்று தத்துவம் பேச அரம்பித்தேன்.

'காபி இல்லேன்னா குடிபிடிச்சிக்கும்...'

இன்னும் ஏதேனும் சொல்லியிருப்பான்.

ஆனால் கடைக்குள் இரண்டு காபூலி பிச்சைக்காரிகள் நுழைந்தது பேச்சுக்கு கட்டை போட்டுவிட்டது.

ஆளுக் கொரு குழந்தை. பாவாடை விளும்பில் ஏறியிருந்த கப்பியே கரைக்கட்டான பழம் பாவாடையும், மெல்லிய சட்டையும், சிவப்புத் தலைத்துணியும் அப்பிச்சைக்காரி களுடைய உடலமைப்புக்கும் அழகிய தோற்றத்திற்கும் ரொம்ப ஏற்றதாயிருந்தன. ஒருத்தி காலில் ஒரு செருப்பிருந்தது. மற்றொருத்தி பழய சிலிப்பர் அணிந்திருந்தாள்.

குழந்தைகள் நல்ல சிவப்பு. அழகு என்று சொல்லத் தேவையில்லை.

'பைஸா தோ மஹராஜ்.. ரெண்டு நாளா பட்னி... கொளந்தைக்கு கத்துது .. பைஸா தோ மஹராஜ்' என்று சேர்ந்தாப் போல யாசித்தார்கள்.

'முதலாளி வெளியே போயிருக்கிறார், ஜா' என்று சாதித்தான் நண்பன்.

இந்தப் பல்லவியை எவ்வளவு பெயர்களிடம் எவ்வளவு பிச்சைக்காரர்கள் கேட்டிருக்கிறார்கள்! அதிலும் காபூலிப் பிச்சைக்காரிகளா அசைவார்கள்?

அசையாத அவர்களை அசைத்தது குழந்தைகளின் சிணுங்கல். வெயிலில் அலைந்து விட்டு நிழலில் வந்து நின்றதன் விளைவாக குழந்தைகள் வியர்த்தன. தோல் சீவிய கருணைக் கிழங்கைப்போன்ற நிறம் கொண்டது அவைகளின் முகம். எதையோ தேடுவது போல் ஒருத்தி சுற்று முற்றும் பார்த்தாள், அடுத்த ஷர்பத் கடை வாசலிலேயே குழாயிருப்பதைப் பார்த்ததும் ஒருவாறு சமாதானம் அடைந்தாள்.

என்ன தேவையோ என்று நாங்கள் சிந்தித்துக் கொண்டிருக்கும் பொழுதே ஒருத்தி கூசாமல் ஒரு குழந்தையை இறக்கி கடையில் விட்டாள். பின் இருவருமாக மற்றொரு குழந்தையுடன் எங்கோ சென்றனர்.

நாங்கள் முதலில் திகைத்துப் போய் விட்டோம். தையற்காரன் தலையைச் சொறிந்து கொண்டே ஆற வைத்த காபியை ருசி பார்த்துச் சாப்பிடத் தொடங்கினான். அதற்குள் அந்தக் குழந்தை கடை முழுதும் தத்தித் தத்தி நடக்க ஆரம்பித்தது. மூலையிலிருந்த துணித் துண்டை இழுத்தது, கத்தரிக்கோலைத் தூக்கிற்று. நூல்கண்டை பிரித்து விட்டுச் சிரித்தது. தையற் காரனுடைய திகைப்பு, ஏழ்மை, ஆத்திரம் அவ்வளவும் எங்கோ பறந்துபோயிற்று. குழந்தைக்குக் கொஞ்சம் காபி கொடுத்தான்.

போனவர்கள் திரும்பி வந்தார்கள். தலைக்கொரு சோப்புக்கட்டி. ஓஹோ! ஷாப்பில் போய் சோப் யாசகம்!

ஒருத்தி குழாயடிக்குப் போய் குழந்தை இடுப்பைத் தன் முழங்காலில் இடுக்கிக் கொண்டு குழாயைத் திருகிவிட்டாள். குழந்தையின் தலையில் ஜலம் விழுந்த பிறகு தலையில் சோப்பைப் போட்டுத் தேய்த்தாள். அப்பால் உடம்புக்கு. கடைசியாக குழாயின் கீழ் உட் கார்த்தி வைத்து குளிர ஸ்நானம் செய்வித்தாள்.

தையற்காரன் மனம் என்ன வாதனைப்பட்டுக் கொண்டிருந்ததோ?

கடையிலிருந்த குழந்தையை எடுத்துப்போக ஒருத்தி வந்த பொழுதுதான் தையற்காரன் தன்னுணர்ச்சியை முழுதும் அடைந்தான்.

இந்தக் குழந்தைக்கும் சோப்புத் தேய்த்து நீராட்டிய பிறகு இரண்டு குழந்தைகளையும் கூசாமல் கடையில் விட்டுவிட்டு, அதே சோப்பால் சட்டைகளைச் சுத்தப்படுத்தப் போய் விட்டார்கள். குழந்தைகள் புதிதாய் மலர்ந்த ரோஜாவைப் போல் ஆயின.

தையற்காரன் குழந்தைகளோடு விளையாட அரம்பித்தான். இரண்டு மூன்று நிமிஷங்களுக்கும் பிறகு தடார் என்று கண்ணாடி டம்ளர் ஒன்று கீழே விழுந்து சுக்காயிற்று. அது குழந்தையின் விளையாட்டு!

இந்த சத்தத்தைக் கேட்டு பிச்சைக்காரிகள் திரும்பி வந்தார்கள். கண்ணாடி உடைந்து கிடந்ததைப் பார்த்துவிட்டு 'பைஸா வாண்டாம், மஹராஜ். கஷ்டம் வந்துச்சு' என்று சொல்லிவிட்டு குழந்தைகளை எடுத்துக் கொண்டார்கள்.

'குழந்தை என்னத்தைக் கண்டுது? நான் கவனிக்கவில்லை ' என்று பிசகைத் தன் மீதேற்றிக் கொண்டு பெட்டியிலிருந்து காலணா எடுத்துக் கொடுத்தனுப்பினான். பிள்ளைகுட்டி

நல்லாயிருக்கணும்' என்று அவர்கள் வாழ்த்தியது அவனைக் கிளறிவிட்டது. அமைதியின்றி எழுந்தான்.

'நீங்க கடையில் இருங்க. இதோ வரேன்' என்று எங்கோ போனான்.

அரை மணிக்கு மேலாயிற்று. வெய்யில் கொஞ்சம் தணிந்தது. நீராழி மண்டபத்திலிருந்து ஆண் புறாக்கள் கும்மாளிக்கும் ஓசை இன்பமாய் மிதந்துவந்தது. லேசான காற்று வீசிற்று.

தையற்காரன் திரும்பி வந்தான். வரும் பொழுதே சீட்டியடித்துக் கொண்டு வந்தது எனக்கு வியப்பாயிருந்த*thu.* நேரே பெட்டியண்டை உட்கார்ந்ததும் தையல் வேலையைத் தொடங்கி விட்டான்.

தையற்காரனை நான் உற்று நோக்கிக் கொண்டிருந்தேன். அவனிடம் ஏதோ குறைவுபட்டது. இன்ன தென்று முதலில் புரியவில்லை. பிறகுதான் அவன் வலது கையிலிருந்த பொன் தாயித்துக்குப் பதிலாக தாம்பரத் தாயித்திருப்பது தெரிந்தது. கடையிலிருந்து போய் விட்டுத் திரும்பி வருவதற்குள் இந்த மாறுதல்! என் வியப்பு அதிகப்பட்டது.

'ஆமாம், உன் தங்கத் தாயத்து ஒரு நிமிஷத்திற்குள் என்ன ஆய்விட்டது?' என்று கேட்டேன்.

'என் சம்சாரம் காசு வேணும்னு கேட்டுவிட்டுப் போனாளோ இல்லியோ !.. பாவம் ! உண்மையாய் அவளை ரொம்ப கோவிச்சிக்கொண்டு விட்டேன். கையில் காசில்லை. இப்படியே தட்டானிடம் போய் தாயித்து மேலேயிருந்த பொன்னைக் கழட்டி காசுக் கடையில் கொண்டு போய் போட்டேன். மூணு ரூபாய் கிடைச்சுது. அதை எடுத்துக் கொண்டு வந்திருக்கிறேனென்று சொன்னேன். தேவையில்லை, அந்த துரை சாணிங்களைத் தேடிப் பிடிச்சு காசு கேட்டு மருந்து வாங்கிப் போட்டுவிட்டேன்' என்று அழுதாள் மனைவி. ...வாஸ்தவம் தானே.. நான் வேட்டை நாய் மாதிரி விழுந்துவிட்டேன்...'

'இப்பொழுது குழந்தைக்கு எப்படி இருக்கிறது?' என்றேன்.

'தேவலை. ஒன்றும் பயமில்லையென்று துரைசாணி சொன்னாள்.'

'ஆனால் நீ துரைசாணியைப் பார்த்தாயா?'

'ஆமாம். பணத்திற்கு செலவில்லாமல் போகவே வீட்டை விட்டுத் திரும்பினேன். இந்தக் தெருக்கோடி வரையில் வந்துவிட்டேன். அப்புறம் என்னவோ தோணித்து. அந்த துரைசாணி ஆஸ்பத்திரிக்குப் போய் அவளைப் பார்த்து குழந்தையின் நிலையைப் பற்றிக் கேட்டேன். பயம் வேண்டாம்' என்று ஆறுதல் சொன்னாள்.

'பணம்?'

'அந்த ஆஸ்பத்திரி வாசலிலே மேரியாத்தா சிலை இருக்குதல்லவா? அங்கே ஒரு உண்டி இருக்கு. அதற்குள் போட்டுவிட்டேன்.' என்று நிறுத்தி மௌனமானான் தையற்காரன்.

நான் சிந்தனையில் ஆழ்ந்தேன்.

அடகு

'ஏங்கறேன்! இன்னும் எத்தினி நாளைக்கு அவன் கிட்ட கிடந்து சாவணுங்கரே??

'ஏங்குட்டி, ஏன்?'

'ஏங்கறயே? அவன் புடுங்கித் தின்னறான். பத்து ரூபாயை கடன் வாங்கிட்டு மூணு மாதத்துக்குத் தானே அடகு பேசி வச்சியாம்.'

'ஆமா.'

'மாசம் ஆறல்ல ஆச்சு! கடன் சோறு போடறான். நிதம் கடன் சோறுன்னு ஏசிக் காட்றான். அது போவு துன்னா, நம்ப மவனுக்குச் சோறு போட மகார் பண்றான்.

'அப்பொ என்ன பண்ண?'

'என்ன பண்ணவா?... சரி நானும் மவனும் கல்லைக் கட்டிக்கிட்டு கிணத்துலே குளத்துலே விழுந்து சாவறோம். நீ மாத்திரம் கள்ளும் கைமாவும் சாப்பிட்டுக்கிட்டு கிட.'

'அடி களுதை! சமாசாரத்தைச் சொல்லு.'

'அவன் கடனைக் கொடுத்தூட்டு, என்னையும் பிள்ளையையும் அழச்சுக்கிட்டுப் போ.'

'பணம்? பன்னியை வித்து மீட்டுக்கிட்டு போகட்டுமா?"

'பன்னியை விக்கப்படாதுன்னு தானே கடனே வாங்கிச்சு. இப்பொ விக்கணுமாங் காட்டியும்! ஏன் இந்த மாசம் சம்பளம் வருமல்ல?'

'வரும்.'

'மாச மாசம் தண்ணி போடறாப் போல இந்த மாசமும் போட்டூடாதே. தீவளிக்கு நான் ஊட்டுக்கு வந்துடணும். இல்லேன்னா. அவ்வளவு தான் பாத்துக்கொ.'

'அதெல்லால் சரிதான். அவன் என்ன தான் சொல்றான்?'

'நான் சம்பாரிக்கிற காசெல்லாம் வட்டிக்கின்னு எடுத்துக்கறான். முனிசிபாலிடிலே எனக்குக் குடுக்கிற சம்பளத்தை என் சோத்துக்காக எடுத்துக்கறான். நம்ப மவனை பட்னி போட்டுக் கொல்றான்.'

'போவுதுபொ. பாவம் செஞ்சால் மண்ணாப்போறான்.'

'அது அப்பறமல்ல. இப்பொ எனக்கு என்ன சொல்றே?'

'அழுவாதே, அழுவாதே. சும்மா இரு தீவளிக்குள் ளார ஊட்டுக்கு இட்டுக்கிட்டுப் போரேன்.'

'பன்னி இன்னியே, எதுனாச்சும் குட்டிகிட்டி போட் டுச்சா?'

'ரெண்டு செத்துப்போச்சு. ஒண்ணெ வித்தூட்டேன்.'

' நீ பாவிப் பயலல்ல! நீயும் உருப்பட மாட்டே, என் னையும் உருப்பட விடமாட்டே ஒனக்கு சூடு சொரணை இருந்தா அழச்சுக்கிட்டுப்போ, இல்லாட்டி சாமி இருக்கு.'

பேசியவர்கள் தோட்டி பிரமனும், தோட்டி குப்பமுத்துவிடம் பத்து ரூபாய் கடன் வாங்கியதற்காக அவனிடம் அடகு வைக்கப்பட்டிருந்த பிரமன் மனைவி கருப்பியும்.

மறு நாள் வாய்க்கால் கரையில் தோழன் நல்லு பிரமனைக் கண்டான்.

'என்னா அண்ணே! கண்ணுலியே உளறதில்லெ?'

'உளாமெ என்னா?'

'தீவளி வருதாமே?'

'நல்லா வரட்டும்.'

'ஏன் சொரத்தில்லாமெ பேசறே?'

'அந்த காலாடி குப்பமுத்து குட்டிக்கும் மவனுக்கும் சோறு தண்ணிகூட போடல்லியாம். பத்து ரூபாய் கடன் கொடுத்தானல்ல. அடகு கெடு தாண்டிப் போயிருச்சாம். தீவளிக்கு முன்னே பணத்தை எறிங்கறான்.'

'ஊம். அப்பறம்?'

'இத்தெ என் கிட்டெ நேத்து சொல்லி அவ அளுதா பாரு, அப்பவே பிடுச்சு எனக்கு ரொம்ப வருத்தமா யிருக்கு.'

'சரி, என்ன பண்ணப்போறே?'

'சம்பளத்தை வாங்கி அவன் கிட்டெ மொதல்லே தொலைச்சூட்டு, குட்டியையும் மவனையும் இழுத்துக்கிட்டு வர வேண்டியதுதான்.'

'அதான் சரி. இந்த மாச சம்பளம்கூட முனிசிபாலிடிலே நாளைக்குக் குடுக்கப் போறாங்களாம்.'

'நல்லதாச்சு - ஆத்துலெ இருக்கிற கண்டை துள்ளி சட்டிலெ விளுந்தாப்பலே.'

'ஆமா. கடன் குடுத்திட்டின்னா, புதுச்சேலை,வேட்டி வாங்கப் பணம் வேண்டாமா?'

'இன்னும் ரெண்டு பன்னி இருக்குதல்ல. அதை பட்லர் கிட்டச் சொல்லி தொரைக்கு வித்தூடறேன்.'

'சபாஸ்--சரியான ரோசனை'

தோழன் நல்லமுத்து சொன்னது போல, மறுநாள் மாலை தோட்டிகளுக்கு சம்பளம் பட்டுவாடா செய்யப்பட்டது. பிரமன் கையிலும் பணம் ஏறிற்று. பலாப் பழத்தில் ஈ மொய்ப்பது போல பிரமனோடு நாலு ஐந்து சகாக்கள் மஜாவாகக் கிளம்பினார்கள்.

மணி ஏழரை. ஒண்ணாம் நம்பர் கள்ளுக் கடைக்காரனுக்கு வாயில் ஈ புகுந்தது தெரியவில்லை. ஒரே கூட்டம். வலுத்த வியாபாரம். கடைக்கருகில், வழியெல்லாம் சிம் ணிக்காய்கள் இருட்டில் சிகப்பு நாமம் சாத்தின. நிழல் நிழலாக தோசை, கைமா, சுண்டல் முதலிய கார வியா பாரிகள் கீழே உட்கார்ந்திருந்தார்கள்.

பிரமன் கள்ளுக்கடைக்குள் புகுந்துவிட்டுத் திரும்பி ஆச்சியிடம் சுண்டல் முறுக்கு வாங்கிய பொழுது இடுப் பில் சம்பளத்தில் பாக்கியிருந்தது ஐந்து ரூபாய். விபர மென்ன வென்றால் சகாக்கள் உள்பட நெஞ்சை நனைத்துக் கொண்டதில் செலவு ரூபாய் இரண்டரை; பிந்திய நாட்களுக்காக கடைக்காரனிடம் அட்வான்ஸ் இரண்டரை. கையில் பணமிருந்தால் செலவழிந்து போகுமல்லவா?

தோழர்கள் வீடு நோக்கிக் கிளம்பினர். கால்கள் காற்றை மிதித்தன. வாய்கள் பாட்டையும் பேச்சையும் சிதைத்தன. திடீரென்று பிரமன் ஓரிடத்தில் நின்றான்.

'டே அப்பா! எத்தான் பெரிய பாம்பு போவுது?'

'எங்கேறா?'

'அந்தாலே?'' என்று சொல்லிக்கொண்டு ஒரு வேலிக் காலைப் பிடுங்கி ஓடும் சாக்கடை ஜலத்தை ஓங்கி ஓங்கி அடித்தான்

பிரமன். அந்த வேகத்தில் இடுப்பு வேஷ்டி அவிழ்ந்து போய்ப் பணங்களெல்லாம் சிதறி ஓடின. தட் டித் தடவி தோழர்கள் பொறுக்கிக் கொடுத்தது ரூபாய் நான்கு.

பாம்பு செத்துப்போய் விட்டதாக முடிவு கட்டி விட்டு பிரமன் தள்ளாடித் தள்ளாடி வீடு போய்ச் சேர்ந்தான்.

மறுநாள் நடுப்பகலில்தான் பிரமன் போதை தெளிந்து எழுந்தான். முதலில் தோன்றிய எண்ணம் கருப்பியைப்பற்றி. வீட்டிலிருந்தால் சோறு ஆக்கி வைத்திருப்பாள் அல்லவா? பிறகு தான் சமைக்க முயன்றான்; முடியவில்லை. குடிசையை விட்டுக் கிளம்பி ஆச்சி கடைக்குச் சென்று, நாலு இட்லியும் கால்சேர் மிளகாய் பொடியும் தின்றுவிட்டு ஒரு செம்பு ஜலத்தைக் குடித்து வந்து மரவட்டையைப்போல் சுருண்டு படுத்துக்கிடந்தான்.

மாலை மூன்று மணிக்குத் தோழர்கள் வந்துவிட்டார்கள்.

'ஏன் அண்ணே! நாய் மாதிரி சுருட்டிக்கிட்டுப் படுத்துக் கிடக்கறே!'

'என்ன பண்ணனும்?'

'புதுக்கடை ஓண்ணு இன்னிக்கி வக்கறான். அங்கே புட்டி ஓரணா இன்னிக்கு நாங்க போரோம். ஒன்னையும் பார்ப்போமுன்னு வந்தோம்.'

கருப்பி, மகன் எல்லாம் மறந்து போயிற்று. பிரமன் நண்பர்களுடன் புதுக்கடைக்குக் கிளம்பி விட்டான், அதற்குப் பிறகு அவன் கையில் மிச்சமிருந்தது ரூபாய் இரண்டு.

திரும்பி வருங்காலில் ஒருவன் தவிர மற்ற தோழர்களெல்லாம் மெதுவாக நழுவி விட்டனர்.

இருவருமாக கடைத் தெருவிற்கு வந்து சேர்ந்தனர். புதுக்கோட்டை சாய வேஷ்டியும் ஒரு பிள்ளையார் துண்டும் பிரமன் வாங்கினான்- தீபாவளிக்காக.

தீபாவளி நாள் இரவு வரையில் ஒவ்வொரு நாளும் கருப்பி பிரமனை எதிர்பார்த்துக் கொண்டே இருந்தாள். அவன் வரவில்லை. தீபாவளிக்கு அடகு மீண்டு தன் குடிசைக்குப் போக முடியவில்லையே என்ற துக்கத்தோடு தன் மகனுக்கு வேஷ்டியும் தனக்குப் புடவையும் இல்லாது போய்விடுமே என்ற கவலையும் சேர்ந்து கொண் டது.

அப்பொழுதுதான் குப்பமுத்து கடைத் தெருவிலிருந்து தன் குடும்பத்திற்குத் தேவையான துணிமணிகளை வாங்கிக் கொண்டு வீடு வந்து நுழைந்தான். நுழைந்ததுதான் தாமதம். அவனைக் கருப்பி கேட்டாள்.

'ஏன் மாமா! புருசன்தான் தீவளிக்கு மீட்டுக்கிட்டுப் போகல்லியே, எனக்கும் மவனுக்கும் புதுசு எடுத்துக்கிட்டு வந்தீங்களா?'

'ஒன் புருசன் ரோக்கிதைக்கும் ஒன் லச்சனத்திற்கும் புதுசு வேணுமாங்காட்டியும்! கொள்ளை அடிச்சுப் பணம் கொண்டா, புதுசு வாங்கலாம்.'

'இத்தினி மாசமா சம்பாரிக்கரேனே, அந்தப் பணத்திலே வாங்கிக் குடு'

'மாடு வாங்கினா கன்னுக்குட்டி தானே வருது. உன்னை என் கிட்ட அடகு வச்சானே, சம்பளம் உனக்கேன் வரும்? உனக்கும் உன் மவனுக்கும் சோறு போடறது புண்யம்னு நெனைச்சுக்கோ.'

'பாவி, படுபாவி! இப்படிப் பேசறியே, வவுறு எரியுது.'

'பச்சைத் தண்ணியைக்குடி. தலையைச் சுத்தி காசை எறிஞ்சூட்டு மவறாஜியாய் மவனையும் கூட்டிக்கிட்டு போயேன் புருசன் கிட்டெ.'

கருப்பியின் முகம் கறுத்தது. நெஞ்சத்தில் தீ எழுந்தது. என்ன செய்யமுடியும்? அதை அடக்கிக் கொண்டாள்...

தீபாவளிக்கு எண்ணெய் தேய்த்து முழுகும் நேரம் வந்தது. குப்பமுத்து, அவன் மனைவி, குழந்தைகள் எல்லோரும் எண்ணெய் தேய்த்து முழுகினார்கள். புதுசு உடுத்தார்கள். சீனுவெடி கூடச் சுட்டார்கள்.

கருப்பியும் அவள் மகனும் எல்லாவற்றையும் பார்த்துக் கொண்டிருந்தார்கள்.

கிழக்கு வெளுத்தது. கருப்பி மகனைக் கூட்டிக் கொண்டு தன் தினசரி வேலை செய்யப் போய் விட்டாள். வேலை முடிந்த பிறகு ஒவ்வொரு வீடாகப் போய் தீபாவளி இனாம் வாங்கினாள். சுமார் முக்கால் ரூபாய் சேர்ந்திருக்கும்.

அப்பொழுது அங்கே வந்தான் குப்பமுத்து- தீபாவளிக் குடி குடித்துவிட்டு.

'என்னா இனாம் சம்பாரிச்சிருக்கே?!'

'ஏன்?'

'என்னா ஏன்கறயே?'

'ஒனக்கேன் சொல்லணும்?'

'காசைக் கணக்குப்பண்ணி என்கிட்ட நீ குடுக்க வேண்டியவளல்ல?'

'குடுக்கறென்-விளக்குமாறு' என்று சொல்லிச் சிரித்தாள் கருப்பி

நடுத்தெருவிலே, நாலுபேர் கேட்கும்படி, ஒரு ஆண் பிள்ளையை ஒரு பெண் பிள்ளை இப்படிச் சொல்லும்படி ஆச்சே என்று நினைத்த பொழுது குப்பமுத்துவுக்கு அவமானம் தாங்க முடியவில்லை. பளீர் என்று அறைந்து விட்டான் கருப்பியை. கருப்பி அழவேயில்லை. அவள் மகன் அழுதான். அதற்குள் தெருவில் கூட்டம் சேர்ந்து போய் விட்டது.

கூட்டத்தில் பின்னும் ஒரு ஆள் வந்து சேர்ந்தான். அவன்தான் தீபாவளிக் குடி குடித்துவிட்டு வந்த பிரமன். கூட்ட நடுவில் கருப்பியும் குப்பமுத்துவும் சண்டைக் கோழிகள் மாதிரி நிற்பதையும், மகன் பக்கத்தில் அழுது கொண்டிருப்பதையும் பார்த்தான். ஒன்றும் யோசியாமல் குப்பமுத்துவின் மேல் பாய்ந்து ஒரு குத்து விட்டான். திரும்பிக் கருப்பியை நோக்கிப் பார்த்தான் - விஷயம் என்ன என்று கேட்பது போல. பிரமனைப் பார்த்ததும் கருப்பிக்கு வெறுப்பு பொங்கி எழுந்தது. அவன் தன்னை வந்து தீபாவளிக்கு மீட்டுக் கொண்டு போகாத காரணத்தை ஊகித்தறிந்து விட்டாள். கேட்ட கேள்விக்குப் பதில் சொல்ல இஷ்டப்படவில்லை. சும்மா நின்றாள்,

அடி வாங்கிக் கொண்ட குப்பமுத்து விஷயத்தைப் பிரமனுக்குத் தெளிவாகச் சொல்லி முடித்தான்.

‘அதெப்படி இனாம் காசைக்கூட நீ பிடுங்கித் தின்னு ஏப்பம் விடப் பாக்கறே?’ என்றான் பிரமன்.

அந்தக் கேள்வி கேட்டதுதான் தாமதம், அது வரையில் இனாம் காசைத் தர மறுத்து ஆக்ஷேபித்துக் கொண்டிருந்த கருப்பி திடுமென்று காசை எடுத்து குப்பமுத்துவிடம் கொடுத்தாள். இருட்டறையில் சூரிய கிரணம் நுழைந்தது போல் பிரமனுடைய குழம்பிய மனதில் அவள் செய்கையின் பொருள் தெரிந்தது. மார்பு மீது கையைக் கட்டிக்கொண்டு ஒரு நிமிஷம் நின்றான். அதற்குள் அங்கு கூடியிருந்தவர்கள் தெருவில் பூசல் நடப்பதை ஆக்ஷேபித்து இவர்களை யெல்லாம் கலைத்து விட்டார்கள்.

கருப்பி மகனை அழைத்துக்கொண்டு குப்பமுத்துவுடன் குடிசைக்கு வந்து சேர்ந்த அரை மணிக்குள் பிரமன் அங்கு வந்து சேர்ந்தான்.

'இந்தா உன் பணம்?'

குப்பமுத்து எண்ணிப் பார்த்தான்.

கருப்பி திகைப்படைந்தாள். *'ஏது பணம்?'*

'எதாயிருந்துச்சுன்னால் உனக்கு என்ன? கிளம்பு.'

குடிசைக்குப் போனபிறகல்லவா வீட்டிலிருந்த பன்றிகளை ஒரு நிமிஷத்தில் பட்லரிடம் விற்றுவந்த பணம் அது என்று தெரியப் போகிறது! அதுவரையில் கொண் டாட்டம்தானே!

குப்பமுத்துவிடம் விடைகூடப் பெற்றுக்கொள்ளாமல் கருப்பி மகனுடன் கிளம்பினாள்.

அரைப்பைத்தியம்

கடைத்தெரு முனை. பிலாப்பழக்காரி கிழிந்த வாழை இலையை வைத்துக்கொண்டு ஈயை விரட்டிக் கொண்டிருந்தாள். 'இதெல்லாம் இரண்டணா, அதெல்லாம் ஓரணா' என்று அடுத்தாற் போல் சாஹிப் சரசமாய் விலை கூறிக் கொண்டிருந்தான். நான் அந்தப் பக்கம் திரும்பிய வினாடியில் அந்தப் பையன் கண்ணில் பட்டான்.

அழுக் கடைந்த தாமிர பாத்திரத்தைப் போன்ற வர்ணம். மேலே கிழிசல் நிறைந்த சட்டை. இடுப்பில் வாணிய னுடையதுபோன்ற வேஷ்டி, கையில் ஒரு படம். ஆனால் அவன் முகத்தில் மட்டும் ஒரு தீராத பிரமையும் ஏக்கமும் குடிகொண்டிருந்தன – மஜ்னுனைப்போல. அந்த முகம் என்னுள்ளத்தைக் கவ்விவிட்ட போதிலும் நான் அவனை அறிமுகம் செய்து கொள்ளவில்லை.

மறுநாளும் அந்தப்பக்கம் போனேன். அவன் ஒரு பழக்கடை வாசலில் உட்கார்ந்து தன் கையிலிருந்த படத்தைக் கூர்ந்து பார்த்துக் கொண்டிருந்தான். கிட்டத்தில் போய் 'தம்பி! 'என்னவேண்டும்?' என்றேன். 'அம்மா' என்று சொன்னது எனக்குக் கொஞ்சம் திகைப்பைத்தான் தந்தது. ஏனென்றால் அவன் திருஷ்டியே அரைப் பைத்தியத்தினுடையது. இருந்தாலும் அவன் மீது எனக்கு ஏற்பட்ட அன்பு மட்டும் குறையவில்லை. 'தம்பி! என்னைப் பார். என்ன வேண்டும்?' என்று திருப்பிக் கேட்டேன். அவன் என்னை கவனிக்க வில்லை. ஒரு சேர் கொடிமிந்திரிப் பழத்தை வாங்கிக் கொடுத்தேன். அவன் அதை வாங்கிக் கொள்ள பிரயாசைப்படவில்லை. அவன் பாட்டுக்குப் பக்கத்திலிருந்த தகரக் கடைக்காரனிடம் 'அண்ணே! இந்தப் படத்து ஓரத்தைக்

கத்திரிச்சிப்பிடு. கோணலும் மாணலுமாய் இருக்கு' என்று படத்தை நீட்டினான். கடைக் காரன் அலுப்புப்படாமல் படத்தைக் கத்தரித்துத் தந்தது என் வியப்பை அதிகரித்தது.

அதற்குப் பிறகும் அந்தப்பக்கத்து வழியாய் ஆயிரத்தி எட்டு தடவை போயிருக்கிறேன். அவனிடம் கடைக்காரர்கள் காட்டும் அன்பையும் பார்த்திருக்கிறேன். வெகு உருக்கமானது! ஒரு பொழுதாவது ஒருவராவது அவனைக் கடிந்ததில்லை. தங்கள் வீட்டுப் பையனைப்போல் பாவித்தாரேயன்றி வேறெல்ல. எனக்குப் பையனைப் பற்றி அறியவேண்டும் என்ற ஆவல் அதிகப்பட்டாலும் யாரைப் போய் என்னவென்று கேட்பது? என் வாழ்க்கையின் விசித்திரத்தில் இதுவுமொன்று எனத் தள்ளிவிட்டேன்.

பின்னொரு நாள் மாலை அந்தப்பக்கம் போயிருந்தேன். பிறவிச் சோம்பேறிக்குத் திரிவதைத் தவிர தொழிலேது? தெருமுனையில் பச்சை குத்துகிறவன் கடை விரித்திருந்தான். பெரிய அட்டையில் பலரகப்பட்ட சித்திரங்கள். அவைகளின் ஓவியத் திறமையைப் பற்றி ரொம்ப நுணுக்கமாகப் பார்ப்பதற்கில்லை. பச்சை குத்திக்கொள்வோரின் மனதை வசியப்படுத்த ஆனால் அவைகள் போதும். தலை மயிர் பறக்க நிற்கும் பெண். தலைக்கு மேல் கோபிகளைப் போல் 'கைகுவித்து நிற்கும் பெண். சேலை கிடையாதென்று சொல்லவேண்டுமா? இப்படி பல தினுசு. தவிர சிங்கத்துடன் குஸ்திபோடும் ஆண் சிங்கங்கள், கத்தி விளையாடும் வீரர்கள், இப்படிப் பட்ட சித்திரங்கள். அந்தக் கடைக்குப் பின்னால் அந்தப் பையன் உட்கார்ந்திருந்தான். பழய படம், பழய பார்வை!

கடைக்கு யாரோ ஒரு ஆள் வந்து சேர்ந்தான். ஒரு நிமிஷம் படங்களையெல்லாம் பார்த்துவிட்டு 'ஏனய்யா! அந்தப் பொம்பிள்ளையைக் குத்தரத்துக்கு என்ன கேக் கரே?' என்றான்.

‘அதிலேயே எழுதியிருக்கு, பாரேன்...ஒரு ரூபாய் எட்டணானுட்டு.

'ஏ ஆயா! ரொம்ப ஜாஸ்தி... நானு அடுத்த வாரம் சிங்கப்பூரு போகணும். இல்லாட்டி பச்சை குத்திக்கக் கூட மாட்டேன்...சொல்லு.'

'சரி, ஒரு ரூபாய் குடு.'

'முடியாது.. எட்டணா.'

'போய்யா...ஒனக்காக ரெண்டணா குறைச்சுக்கோ.

'பதினாலணா,'

'சரி, பத்தணா'

'போய்யா,'

'என்ன தொல்லை பண்றே? முக்கால் ரூபாய் குடுத்துடறேன், விட்டூடு.'

'ரொம்ப குறைச்சல்... என்ன செய்யறது?... உக்காரு உக்காரு.'

'ரொம்ப வலிக்குமோ?'

‘கையைத்தான் நீட்டிப்பாரேன். சைனாவாலே குத்தரது வலியே இருக்காது. சாமிக்கு அலகு குத்திக்கர மாதிரின்னு நினைச்சிருக்காப்பிலெ இருக்கு.'

'சைனாவாலே இன்னா?'

‘அந்தக் கவலை ஒனக்கேன்? இந்த ஊசி சைனாவிலே ருந்து வருது.'

பச்சை குத்துகிறவன் குத்த ஆரம்பித்துவிட்டான். ‘இதென்ன, முதல்லே செடியைக் குத்தியிருக்கே... ஸ்ஸ்...'

'அதென்ன வலிக்குதா? ரொம்ப பயப்படறியே... செடி போட்டுக்கிட்டால் தான் அப்பறம் சரியா வரும்... வலிக்குதா?'

'அப்பிடி ஒண்ணும் ரொம்ப இல்லை.'

'வலிக்காது, வலிக்காதுன்னுதான் நான் சொல் றேனே... ஓங்க ஊர் பக்கத்திலெ மூணாம் மாசம் கொலை விழுந்து போயிடுச்சு பாரு, தெரியுமா?'

'கேள்வி; பலபேர் பல தினுசாகத்தான் சொன்னாங்க. தற்கொலை இன்னாங்க. அப்படியெல்லாம் இல்லை இன்னாங்க சில பேரு. பொம்மனாட்டி விசயம்னாங்க; அப்படியில்லே, சூதாட்டம்னாங்க. என்னா தெரியுது?'

'அந்தக் கேஸிலே போன வாரம் தீர்ப்பு சொல்லிப் பிட்டாரு.'

'ஜர்ஜ் என்னா தீர்ப்பு பண்ணினாரு?'

'சொல்றேன்.'

'அடெடெ! பொம்பிள்ளை ரவிக்கைக்கு சிவப்புக் குத்தல்லியே! பேச்சுப் பராக்குலே...'

'எனக்குத் தெரியாதா ? ...அந்தப் பொன்னி புருசனுக்கு கொத்தன் வேலை, தெரியுமல்ல. தினம் ஒரு ரூவா சம்பாரிச்சுக்கிட்டு வருவான். வருவான்னுட்டு சொல்லப் படாது. வீட்டுக்கு வரது ரெண்டணாவோ' மூணு அணாவோதான்.'

'பாக்கி கள்ளுக்கடைக்குப் போயிடுங்கிறயா?'

'பின்னே! ஏழைக்கு எமன் கள்ளுதானே. அவனுக்கு ஒரு மவன், பதினாலு பதினஞ்சு வயசிருக்கும். அவன் சித்தாள் வேலை செஞ்சு மூணு நாலு அணா சம்பாரிப்பான். முக்காவாசி ஊட்டுலே சமைக்கிற சோறு பையன் காசுலேதான். அவன் மேலே பொன்னி அஞ்சு பிராணனையும் வச்சுக்கிட்டிருந்தா. புருசன் மேலே அப்படி இல்லே. சில சில

சமயம் ஏண்டா இவன் வீட்டுக்கு வரானுகூட இருக்கும். ஏன்னா, வீட்டுக்கு வந்தா ஏதாவது ரகளை. இன்னிக்கு ஏன் மீன்கறி இல்லே. இன்னிக்கு வாய்க்காங் கறையிலெ கிடக்கிற சுள்ளியை ஏன் பொருக்கிக்கிட்டு வல்லே, இப்படி ஏதாவது சண்டை.'

'சண்டைன்னா வாச்சண்டைதானா?'

'கொஞ்சம் கொஞ்சம் எப்பநாச்சும் அடிதடிகூட உண்டு.'

'இந்தப் பொம்பிள்ளைங்களுக்கே மூளை கிடையாது. அப்படின்னா ஓடிப்போய் தொலையறதுதானே.'

'அதுதான் வேடிக்கே. புருஷன் வீட்டுக்கு வர நேரமாயிடுச்சோ இவளுக்கு இருப்புக்கொள்ளாது. வாசலுக்கும் உள்ளுக்குமா குட்டிபோட்ட அலைவா. அடுத்தாப்போலே தேடிகிட்டுகூட கிளம்பி பூனைமாதிரி விடுவா - எங்கெ குடி மயக்கத்திலெ வண்டி காடி ஏறி செத்துப் பூடுவானோ இன்னூட்டு'

'ரொம்ப வேடிக்கையாயிருக்கு அவ குணம்.'

'அடுத்த விசயத்தைக் கேளு. அவளுக்கு ஒரு சிநேகம் இருந்துச்சு. ஆனா ஒண்ணு. அவளைப் போல நல்லவளே கிடையாது. அக்கம் பக்கத்திலே இருக்கிற பேருக்கு எப்பவும் அவளாலே ஒத்தாசை. அவ தங்கமான குணத்தைப் போத்தாத பேரே கிடையாது. இந்த சிநேக விசயம் ஊரிலே முதல்லே கொஞ்சம் பேச்சாயிருந்தது. அப்பறம் அப்பறம் அவ புருசன் பண்ற ரகளையிலே, இவனுக்கு சோறு போடராளே மகராசி இன்னூட்டு சொல்ல ஆரம்பிச்சூட்டா. அவ புருஷனுக்கு இது விஷயம் தெரியுமா தெரியாதா ஒண்ணும் நிச்சயமாக சொல்லப்பிடல்லெ. நடந்ததைப் பார்த்தால் தெரியும் போலத்தான் தோணுது.

'ஒரு தடவை அவன் வெளியூருக்குப் போரேன்; வர ஒரு வாரம் பிடிக்கும்னு சொல்லிப்பிட்டு போயிட்டான். அதே ஒரு சூதுன்னு பிந்தி தெரிஞ்சுது. முதல் நாள் ஒண்ணும்

விசேஷமில்லெ. மறுநாள் ராத்திரி 11 மணி இருக்கும். இவா வீட்டு வாசல் கதவை யாரோ தட்டினாப் போலெ இருந்தது.

'யார் ?' இன்னு கேட்டாள் உள்ளே இருந்து. 'நான்தான்' இன்னான் கொத்தன்.

'பொன்னிக்குப் பயமாய்ப் போயிடுச்சு. என்ன பண்றதுன்னு தெரியல்லே. அவன் உள்ளே இருந்தான்.'

'யாரு, பையனா?'

'செ! இன்ஜின் ஓட்டி.' "இன்ஜின் ஓட்டி ஏது?'

'ஓ! சொல்ல மறந்துட்டேன்போலெ இருக்குது. அவன்தான் அவளுக்கு சிநேகிதம். அவன் உள்ளே இருந்தான். அவனுக்கு ஓதைப்பு. இங்கே வெளியிலே கொத்தனுக்கு ஆத்தரம். மவன் முழிச்சுக்கிண்டுட்டான். அவனுக்கென்ன தெரியும்? அவன் பாட்டுக்குப் போய் கதவைத் திறந்தான். கொத்தன் உள்ளே நுழைஞ்சுப்புட்டான். இன்ஜின் ஓட்டிக்குத் தப்ப வழி யில்லே; அவ்வளவுதான். மின்னல் தோணி மறையறத் துக்குள்ளே ஒரு கொலையும், ஒரு கொலைக்காயமும் விழுந்துபோச்சு. பையன் அப்பிடியே பிரமிச்சு தூண் மாதிரி நின்னுகிட்டிருந்தான்.

'கொத்தன் கிர்ருன்னு நேரே போலீஸ் ஸ்டேஷ னுக்குப் போய் செஞ்சதை ஒப்புக்கிட்டானாம். அப்பறம் போலீஸ் கீலீஸ் எல்லாம் இவா வீட்டுக்கு வந் தாங்க. பையன் அப்பவும் அப்பிடியே நின்னுகிட்டிருந் தானாம்.'

'பாவம்!... இந்தப் பொம்பிள்ளைக்கு ரவிக்கை போடறியா என்ன?'

'நீ என்னப்பா வெறும் நாட்டுப்புறமா இருக்கே! சித்தெ நாழிக்கு முன்னாலே ரவிக்கைக்கு செவப்பு குத்தல் லியேனூட்டுக் கேட்டே ; இப்பொ ரவிக்கை போடல்

லேன்னு கேக்கற. எனக்கென்ன ? வேனும்னா ரவிக்கை போட்டுடறேன்.'

'வாண்டாம்,'

'வாண்டாம்; கோடு என்னவோ அப்பிடி போட்டியேன்னு கேட்டேன்.'

'அது கடயம் கறேன்.'

'சரிதான், சரிதான்.. அப்பறம் என்ன ஆச்சு?

'பொன்னியைக் கொண்டு போய் ஆஸ்பத்திரியிலே சேத்தாங்க. மரண வாக்குமூலம் வாங்கினாக. அப் பொத்தான் இவ்வளவு சமாசாரத்தையும் சொல்லிப் பிட்டு 'புருஷனைக் கொஞ்சம் அழைச்சாங்க' ஒரு வார்த்தை சொல்லணும்' இன்னாளாம். கொத்தனை அழைச்சுகிட்டு வந்தாங்க போலீஸ்காரர். பொன்னிக்கு மனசுலே ரொம்ப கோபம் போலெ இருக்கு. ஆனா மூஞ்சியிலே ஒண்ணும் தெரியல்லெ. இப்பிடி பண்ணிப் பிட்டியே, என்னா புண்யத்தைக் கண்டே' இன்னு கேட்டா. அவன் பதில் சொல்லல்லே. 'இத்தனை நாளா என் மவனையும் கூட்டிக்கிட்டு அவனோடெ ஓடாமெ ஒனக்கு சோறு சமைச்சுப் போட்டேனே, அது ஒண்ணே போதாதா-ஒன் குணத்துக்கு. நான் இல்லாட்டி செத்து மண்ணாப் போயிருப்பே, அப்பொவே' இன்னாள். 'பாக்கி உசிர் போகணுமா கழுதை. ஒன் மவன், என்ன ஒன் மவன்?' இன்னு கொத்தன் பாஞ்சான், நல்லவேளை! போலீஸ்காரன் தடுத்திட்டான். பொன்னி என்னமோ ஒரு நிமிஷம் யோசிச்சா. 'இனிமே உசுர் இருந்தா என்ன போனா என்ன? ஆனா மவன் மாத்திரம் என் மவன் தான்...ஒனக்குப் பொறக்கல்லே ' அப்பிடீன்னா.

அவ்வளவுதான். தடார்னு நிலைப்படி நம்ம தலையிலெ இடிச்சூட்டா நம்ப மூஞ்சி ஆவுது பாரு, அது மாதிரி ஆயிடுச்சு கொத்தன் மூஞ்சி. போலீஸ்காரன் அவனைத் திருப்பி அழைச்சுகிட்டு போனான். அறை வாசலுக்குப் போனப்பொ

கொத்தன் திரும்பிப் பார்த்து ‘ஒனக்கு எப்படித் தெரியும்? கோபத்திலே பொய் சொல்லாதே’ இன்னான்.

‘அட பைத்தியம்! சாகப்போரவ, நான் ஏன் பொய் சொல்றேன்?’ இன்னாள்.

'அப்பொ அந்தப் பையன் எங்கே இருந்தான்?'

'ஆஸ்பத்திரியிலே அவகூடத்தான். கொஞ்ச நேரம் கழிச்சு அவ கண்ணை மூடிட்டா.

'அப்பறம் கேஸ்தான், விசாரணைதான். செஷன் சுக்கு அனுப்பிச்சூட்டாங்க. ஒண்ணு சொல்ல மறந் தூட்டேன். தெருவிலே இருக்கிறபேருக் கெல்லாம் கொத்தன் மேலெ ரொம்ப இரக்கம் வந்துட்டுது. பையனோ கவர்ன்மெண்டு சாச்சி ஆய்விட்டான். அப்பனுக்கு கொஞ்ச நாளா பயித்தியம் வந்திருச்சின்னு சாக்கு சொல்லிப்பிடுன்னு சொன்னாங்க. 'இப்பிடி அக்ரமமா எனக்கு அம்மா இல்லாமெ செஞ்சுப்புட்டானே, அதுக் காகவா?' இன்னான். ‘ஏண்டா! அதுக்காக அப்பாவும் இல்லாமெ போயிடணுமான்னு தெருவார்கள் கேட்டார்கள்.

'அப்பிடி இல்லெ இன்னாளெ எங்க அம்மா' இன்னான் பையன்.

'இல்லெடா அது கோபத்திலே சொன்ன வார்த்தை.'

இப்பிடி தெருவாரெல்லாம் அவனுக்குச் சொன்னா. போலீஸ்காரனுங்க நடந்ததைச் சொல்லு இன்னாங்க. பையன் தானே? முந்தியே குழம்பிக் கிடந்த மனசு இன்னும் குழம்பிப் போச்சு.

‘நாள் ஆக ஆக பையனுக்கு ஒண்ணும் புரியல்லே. அம்மா, அம்மா இன்னு கிடந்தான். இவனைப் பொட்டி யிலே ஏத்தி குறுக்கும் நெடுக்குமா கேள்வி கேட்டப்பொ நெஜத்தை ஒளரிப்பிட்டான். இப்பிடியெல்லாம் விசாரணை

நடந்துகிண்டிருக்கறப்பொ ஜர்ஜுக்கு ஒரு சந்தேகம் வந்தூட்டுது. கொத்தன் நடவடிக்கையைப் பார்த்தால் பித்துமாதிரி இருந்துச்சு.'

'ஆனா அவனுக்கு நிஜமா பைத்யமா?'

ஜர்ஜு அப்பிடி நினைச்சுத்தான் கேஸை ஒத்திப் போட்டாரு. டாக்டரை வச்சு கொத்தனைப் பரீச்சிச்சாங்க. டாக்டரு பைத்யம்னு சொல்லப்படாதுன்னுட் டாங்க.

'வேஷம் போடறான்னு நினைச்சுப்பிட்டாங்கபோலெ இருக்கு.'

'அப்பிடித்தான் நினைச்சூட்டாங்க. அது தப்பு. ஏன்னா பதினஞ்சு வருசமா ஒரு பிள்ளை தன்னுதுன்னு ஒருத்தன் நெனச்சுக்கிண்டிருக்கிறப்பொ, ஒன் பிள்ளை இல்லேன்னு அவன் பொண்சாதி சொன்னா பைத்யம் பிடிக்காமெ என்ன செய்யும்?'

'கச்சேரியிலெதான் பொய் நெஜமாயிடறது, நெஜம் பொய்யாயிடறது.'

'வாஸ்தவம்தான்–அப்பறம் மறுபடி விசாரணை – முடிவுலெ கொத்தனுக்கு அந்தமான் தீவு.'

'பையன்?'

'அன்னிக்கே பிடிச்சு அரைப்பைத்யமா விளங்கறான். அப்பொ அப்பொ அம்மா ஜபம். கையிலெ ஏதாவது கந்தல் சேலை, ஒரு படம் - பொம்மனாட்டி படம். இப்பிடி தெரு சுத்திக்கிட்டு கிடப்பான். அவனைப் பார்த்தால் கண்ராவியா இருக்கு-இந்த ஒலகத்திலெ நம்மை இப் பிடியெல்லாம் படைக்க கடவுள் என்னவோ வேடிக்கை பாக்கறாரு. நமக்கு என்னா தெரியுது சொல்லுங்க? ஹூம் ஆச்சு. எடுங்க காசை.'

'அடெ! ஆயிடுச்சா?'

'பொம்பிள்ளை ஜோக்கா அமைஞ்சிபூட்டாள்! அத ருஷ்டம் அடிக்கப்போவுது சிங்கப்பூரிலே.'

அந்த ஆசாமி எழுந்திருந்து இடுப்பிலிருந்த நாடாப் பையைக் கழற்றி சில்லரை எடுத்துக் கொண்டிருந்தான். அதுவரையில் கடைக்குப் பின்னால் உட்கார்ந்திருந்த பையன் முன்னே நகர்ந்து வந்து 'அண்ணே! இந்தா, எங்கம்மா படத்தைப் போலெ கையிலெ ஒண்ணுக் குத்தேன்' என்று கேட்டான்.

எனக்கு ஏற்கனவே ஆவலா? கிட்டப்போய் படத்தைப் பார்த்தேன். அகமதாபாத் வேஷ்டிகளில் ஒட்டி வருகின்றனவே அந்த பொம்மைகளில் ஒன்று.

"இதா ஒங்க அம்மா?" என்றேன்.

பையன் என்னைக் கவனிக்கவில்லை. 'நீ குத்தப் போறியா இல்லையா?' என்று கடைக்காரனைப் பார்த்துக் கெஞ்சினான். கடைக்காரன் என்னைப் பார்த்து 'என்னமோ, இந்த மாதிரி படங்களைப் பார்த்தாலே அவன் அம்மா ஞாபகம். இந்தமாதிரி படங்கள் அவன் கையிலெ இல்லாமெ நாங்க பார்த்ததே கிடையாது' என்றான்,

'நரம்பு அதிர்ச்சியிலெ மனசு குழம்பி ஒரே நினைப்பு போலிருக்கு' என்று நான் சொல்லிக் கொண்டிருக்கும் பொழுதெ 'ஏன் கடைக்கார அய்யா! எனக்குக் குத்தப் போறியா இல்லியா?' என்று பையன் கண்டித்துக் கேட்டான்.

கடைக்காரன் பதில் சொல்லவில்லை. பையனுடைய கையில் குத்த ஆரம்பித்துவிட்டான். ஆனால் பையனுக்கு ஒருவிதமான கதையும் சொல்லத் தேவையில்லை போலும் குத்தும் வலியை மறைக்க. பழய மஜ்னுன் மாதிரி லயித்த தோற்றத்துடன் உட்கார்ந்திருந்தான். நான் அந்தத் தமாஷையும் பார்த்துக் கொண்டிருந்தேன். பச்சை குத்தி முடிந்தது.பையன் பொம்மையைக் கீழே போட்டுவிட்டு ஓட்டமெடுத்தான்.

இப்பால் அப்பையனைப் பலதடவை பார்த்திருக்கிறேன். ஆனால் ஒருபொழுதும் படத்துடனல்ல. அவனுடைய திருஷ்டி பச்சை குத்திய கையில் இருக்கிறது. ஆ! அந்தி நேரத்தின் துயரத்தைப் போன்ற அந்தப் பார்வை!

மீனலோசனி

அதுவும் அந்த வீட்டு வாசலில்!

'சஞ்சீவி! வாரண்டில் கையெழுத்துப் போட்டு விட் டேன். நாளைக்கே கோர்ட்டுக்கு வரவேண்டுமா?'

அமீனா சஞ்சீவி நாயுடு தலையை ஆட்டினான்.

'இரண்டு நாளில் எப்படியாவது டிக்ரியைத் தீர்த்து விடுகிறேன். இல்லாவிட்டால் மூன்றாவது நாள் என்னைக் கோர்ட்டில் ஆஜர் செய்துவிடலாம்.'

சஞ்சீவி நாயுடுவுக்கு நாராயணனுடைய குடும்பத்தை நன்றாய்த்தெரியும்.

எனவே சரியென்று போய்விட்டான்..

மாடியில் மஸ்லின் திரையிட்ட பலகணிக்குப் பின்னால் நின்று அவனை எதிர்பார்த்துத் தவித்துக்கொண்டிருந்தாள் மீனலோசனி. தெரு வாசலில் அவன் வந்த பொழுது அவள் அடைந்த பூரிப்பு அவனுக்குத் தடங்கல் ஏற்பட்டதும் மறைந்து போயிற்று. நடப்பது இன்ன தென்று தெரியவில்லை. பேச்சும் கேட்கவில்லை. தடங்கல் என்ன ஏற்பட்டிருக்கக்கூடும்?

இந்த நிலையில் மாடிக்கு நாராயணன் வந்ததும் வராததுமாய் 'அவன் யார்? என்ன தகரார்?' என்று கேள்விகளை நெறித்தாள். உண்மையை எல்லோராலுமே பேச முடியுமா? அல்லது எப்பொழுதுமே பேச முடியுமா? அல்லது எல்லோரிடமும் சொல்ல முடியுமா?

'ஒன்றுமில்லை. பழய நாள் வீடு கூட்டி மகனொருவன். ஏதோ அவசரமாம். கடன் கேட்டான். நாளைப் போக மறுநாள் ஆகட்டுமென்றேன்' என்றான் நாராயணன்.

மீனலோசனியின் தவிப்புத் தீர்ந்தது.

ஒரு மணி நேரம் சென்றிருக்கும். 'இன்னும் அந்த காலேஜ் பிள்ளையோடு கொஞ்சிக் கொண்டிருக்கிறாயா?' என்று வெடுவெடுப்புடன் கேட்டுக் கொண்டே ஒரு கிழக் குரல் மாடிப் படி ஏறி வந்தது. அதைத் தாங்கிய கிழவி அடுத்தாற் போல் மாடி அறைக்கு வந்து சேர்ந்தாள். ஒரு நிமிஷம் நாராயணனை வெறிக்கப் பார்த்துவிட்டு மீன லோசனியின் தாயார் அவளைத் தனியாய் அழைத்து 'லோசனி! வீணாய்ப் போகாதே...நீ செய்கிறது காட்டில் நிலவு எரிக்கிறாப் போலிருக்கிறது . உனக்கு நல்ல புத்தி வரவேணும்...சலங்கை வண்டி வர நேரமாச்சே. தெரிய வேண்டாம்?...இந்தக் கொஞ்சலில் ஆயிரத்தில் ஒரு பங்கு செட்டிக்கு...' என்று பலதரப்பட்ட பொருள்கள் தொனிக்கப் பேசினாள்.

'நீ மரியாதையாய்ப் போகிறாயா இல்லியா? செட்டி யாம் மட்டி. பொல்லாத பணம்!' என்று பெண் சீறி விழுந்ததும் கிழவி உதட்டைப் பிதுக்கிக்கொண்டே கீழே இறங்கிச் சென்றாள், பெண்ணின் பிடிவாதத்தை அறிந்தவளான படியால்.

2

மூன்றாவது நாள் அந்த வீட்டில் ஒரே அமளியாய் இருந்தது. போலீஸ் சப் இன்ஸ்பெக்டர் கிழவியோடு பேசிக் கொண்டிருந்தார்.

'யார் மீது சந்தேகம்?'

'ஒரு அசட்டுக் காலேஜ் பையனைத் தவிர இங்கே வேறு யாரும் வருவது கூட சிடையாது.'

'செட்டியார்கூட வருவதில்லையா?'

'எனக்குத் தெரியாது மகள் சமாசாரம்' என்று சம்மந்தமற்றவள் போல் நடித்தாள் கிழவி.

'போகட்டும். அப்படியிருக்கும்போது?'

'அந்தப் பையனைச் சொல்ல நியாயமில்லை.'

'ஆனால் பையன் பணக்காரனா?'

'யார் கண்டது? ஏழையாய்த்தானிருப்பான். ஏனென்றால் நான்காம் நாள் இரவு ஏழு மணி இருக்கும். வழக்கம் போல் வீட்டு ரேழித் திண்ணையில் படுத்திருந்தேன். இவன் எப்பொழுதும் போல் வந்தான். யாரோ கச்சேரி சேவகன் ஏதோ வாரண்டு ஒன்று இவனிடம் கையெழுத்து வாங்கினான். இரண்டு நாட்களில் கணக்கை எப்படியேனும் தீர்த்துவிடுவதாக இவன் சொல்லியிருக்கிறான். அவ்வளவு தான் தெரியும்.'

'சரிதான் ... அந்தப் பையனாகத் தானிருக்கும்-வேறு யாரும் வராமலிருக்கும் பொழுது என்று சொல்லிவிட்டு கிழவியிடம் வாக்குமூலம் வாங்கினார் சப் இன்ஸ்பெக்டர்.

வீட்டு எஜமானர் ஐயப்பன் செட்டியார் வந்து சேர்ந்தார். அவரைப் பார்த்ததும், மாப்பிள்ளைக்குப் பிறர் முன்னிலையில் காட்டப்பட வேண்டிய மரியாதையை முன்னிட்டு கிழவி காமரா அரைப்பக்கம் ஒதுங்கி நின்றாள்.

'என்னையா போலீஸ் புலி ! என்ன ஆயிற்று?' என்றார் செட்டியார்.

'ஒன்றும் நிச்சயப்படவில்லை. யாரோ ஒரு பையன் மீது சந்தேகப்படக்கூடும் என்று கிழவி சொல்வதிலிருந்து ஏற்படுகிறது.'

'காலேஜ் பையனா?'

'அப்படித்தான் சொன்னாள்.'

'எனக்குத் தெரியுமே...அவ்வப்பொழுது எனக்குத் தகவல் வந்திருக்கிறது. நான் குழம்பிக் கொண்டிருந்தேன். இனி அவனை விடப்படாது, தெரிகிறதா?' என்று சப் இன்ஸ்பெக்டர் தோளைப் பிடித்து ஒருதரம் குலுக்கினார் செட்டியார்.

'அதற்கென்ன பார்ப்போம்' என்று சிரித்தார் சப் இன்ஸ்பெக்டர்

3

மூன்று நாளாக நாராயணனுக்குப் பைத்தியம் பிடித்தது போலிருந்தது, மீனலோசனியின் வீட்டிற்குப் போகக் கால் எழவில்லை. தன் செய்கையின் காரணமாக தன்னை வெறுத்துக் கொண்டிருந்தான், ஆனால் அவன் புத்திமட்டும் அவன் வெறுப்படைவதைப் பற்றி ஆட்சேபணைகளை கிளப்பிக் கொண்டேயிருந்தது.

'அதற்கென்ன? மானம் போகக்கூடிய முடை. தகப்பனாரைப் போய் பணம் கேட்பதா? இல்லாவிட்டால் சிவனே என்று ஜெயிலுக்குப் போய்விடுவதா?... தெய்வாதீனம் போல, அந்தப் பிறையில் இரண்டு வாரத்திற்கு மேற்பட்ட காலமாய்க் கிடந்த அந்த நகை அன்றும் கிடந்தது. ஏன் அதை உபயோகப்படுத்திக் கொள்ளக் கூடாது? அதை விற்கப் போவதென்னவோ இல்லை. வெறுமனே அடகு வைத்துப் பணத்தை வாங்கி முடையை அடைத்து விட்டால், அடுத்த வாரத்திற்குள் எப்படியாவது நகையை மீட்டு வந்து இருந்த இடத்தில் வைத்து விட்டால் என்ன மோசம் வந்துவிடக் கூடும்? இவ்வளவு நாளாகத் தேடாத நகையை இப்பொழு தொன்றும் திடீரென்று தேட நியாயமில்லை அப்படித் தேடினால் கூட என்ன பிரமாதம்? காதலின் வன்மையை நம்பி உண்மையை அவளிடம் மாத்திரம் சொல்லிவிட்டால் போகிறது. இச்சிறு உதவிகூட புரியத் தயாராக இல்லாத காதலி வெங்காயத் தோலை விட திராபை...... இப்படியெல்லாம் எண்ணினால், செய்தால் ஒன்றும் பிரமாத நஷ்டம்

விளைந்துவிடப் போவதில்லை. ஏன் உள்ளத்தைப் புண்படுத்திக் கொள்ளவேண்டும்?"

நான்காவது நாள் அவன் புத்தியின் ஆட்சேபணையை அவன் மனமும் ஒருவாறு ஒப்புக்கொண்டுவிட்டது. அவன் வீட்டை விட்டுக் கிளம்பினான்,

இவனைக் கண்ட மீனலோசனியின் கண்ணில் வழக்கம் போன்ற மகிழ்ச்சியைக் காணோம். அவள் பேச்சிலும் ஒரு ஸ்வரம் குறைந்திருந்தது.

'என்ன மீனலோசனி! என்னவோபோல் இருக் கிறாயே?'

'ஏன் வைர முருகைக் காணோம்...பழைய காலத்து நகை. அம்மாவுடையது.'

நாராயணனுடைய உறுதி கலைந்து போய்விட்டது. தர்மசங்கடமான நிலை ஏற்பட்டது. உடனே உண்மையைச் சொல்லிவிடலாமா அல்லது பின்பு சொல்லலாமா என்ற குழப்பம், யாதொரு முடிவும் தட்டுப்படவில்லை. ஆனால் வெளிப்படையாக ஒன்றையும் காட்டிக் கொள்ளாமல் 'அதற்கு என்ன செய்திருக்கிறாய்?' என்று பரிவுகொண்டது போல் கேட்டான்.

அந்தக் கேள்வி அவள் மனதில் பதியவில்லை. அலை பட்ட மனதில் இந்தக் கேள்வி எப்படிப் பதியும்?

'இந்த நாணுவா? வெல்வெட்டைப்போல் எவ்வளவு மிருது! எவ்வளவு அழகு! இந்த நெஞ்சில் விஷமிருந்தால் நிச்சயம் வெளியே தெரிய வேண்டுமே. பொய்யும் வஞ்சகமும் இருக்காது. ஆனால்.. அம்மா சொன்னாளே; நாணு மீது அவளுக்கு அன்பென்று சொல்வதற்கில்லை. அதற்காக இப்படிப் பழி சுமத்திவிடுவாளா?...அன்று தான் நாணு யாரோ ஒருவனோடு பேசினான். ஏதோ கடன் கேட்பதாகச் சொன்னான். மூன்று நாளாக வேறு வரவில்லை. என்னவோ

யார் கண்டது...? மானம் பெரிது என்று எதாவது செய்திருந்தால்...?

என்னிடம் ஒரு வார்த்தை சொல்லியிருந்தால் இவ்வளவு தொல்லை ஏற்பட்டிருக்காது சை! இதென்ன பிதற்றல், மனது மட்டும் குரங்குதான். என்னவோ செட்டி எழவு எடுத்து விட்டான் முட்டாள் மீனலோசனியாகி விட்டேன் போல் இருக்கு.'

'அதற்கென்ன செய்திருக்கிறாய் என்று கேட்டேனே?' என்று திரும்பக் கேட்டான் நாராயணன்.

அவள் பதில் சொல்வதற்குள் வெளியே பூட்ஸ் காலின் ஓசை கேட்டது. அடுத்தாற்போல ஒரு ஹெட் கான்ஸ்டேபிளும் கிழவியும் உள்ளே வந்தனர்.

'உங்களைப் போலீஸ் இன்ஸ்பெக்டர் அழைத்துவரும் படி உத்தரவு செய்திருக்கிறார்' என்றான் ஹெட் கான்ஸ் டேபிள் நாராயணனைப் பார்த்து.

நாராயணன் திகைப்படைந்தான். ஒரு நொடி மீன லோசனியின் முகத்தையும் விழியையும் பார்த்தான். அங்கு பரிவின் நிழலைக் கூடக் காணோம். மேலே செய்யக் கூடிய தென்ன? உறுதிகொண்ட குரலில் 'இதோ வந்தேன்' என்று புறப்பட்டான்.

மீனலோசனி தன்னந்தனியாய் இருந்தாள். அவளை அறியாமலே அவளுடைய கண்கள் மஸ்லின் திரையிட்ட பலகணி வழியே தெருவில் போய்க்கொண்டிருந்த நாராயணன் கான்ஸ்டேபிள் இவர்களைப் பின்தொடர்ந்தது. பார்வை தெருக்கோடி மட்டில் தானே என்றால் எண்ணிய இடத்தைப் போய் அடையும் மனதொன்றிருக்கிற தல்லவா?

4

விசாரணைக்கு முதல்நாள் இரவுதான் நாராயணனுடைய தகப்பனாருக்கு இந்த விஷயங்கள் எல்லாம் தெரிந்தன; நாராயணன் சொல்லிக் கொண்டிருந்தான். முழுவதும் நடந்த படியே சொல்ல இயலுமா?

'நான் தெரியாமல் செய்துவிட்டேன். அந்த வீட்டுக்குப் போக்குவரத்து உண்டு. அதன் விளைவாக தண்டனையாக அந்தப் பொய்க்குற்றம் சாட்டப்பட்டு விட்டது.

'ரொம்ப சந்தோஷம்.'

'நான் கேசுக்காக ஏதாவது உதவிசெய்ய வேண்டு மென்று கேட்க வரவில்லை என் குற்றத்தை தங்களிடம் சொல்லிவிட வேண்டுமென்ற ஒரே ஆசை. நாளாக ..'

வாக்கியம் முடிவதற்குள் தகப்பனார் அவ்விடம் விட்டுப் போய்விட்டார்.

மறுநாள் காலையில்தான் அவருடைய மனோபாவம் ஒருவாறாக விளங்கிற்று,

'தம்பி! இது குலவாசனை போலும். எங்கள் தாத்தா இப்படித்தான் ஒரு ஆசைநாயகனாய் இருந்தாராம்.'

வேப்பிலை இப்பேச்சைவிட ரொம்ப இனிப்பு என்ற எண்ணம் பிறந்தது நாராயணனுக்கு.

'ஆனால் அதெல்லாம் பழங்கதை . கிளம்பு பாரிஸ்டர் வீட்டுக்கு' என்ற உத்திரவைக் கேட்டதும், தகப்பனார் சொற்படி கேட்பதைத் தவிர வேறு ஒன்றும் தெரியவில்லை.

5

விசாரணை நேரம். கச்சேரியில் ஒரே கூட்டம். சாட்சிப் பெட்டியில் மீனலோசனி ஏறி பிரமாணம் செய்த பொழுது

இரைச்சல் அடங்கிவிட்டது. பிராஸிகியூடிங் இன்ஸ்பெக்டர் முதல் கேள்வியைப் போட்டார்.

கல்லறையைச் சூழும் சப்தம் நிலவிற்று. திடீரென்று கச்சேரியைச் சேர்ந்த தோட்டத்திலிருந்து காதற்குரல் கேட்டது. 'க்காவு க்காவு!' பிரிவின் பிறவிக் கவி ஓலமிட்டுக் கொண்டிருந்தான். அவ்வோலம் அவள் நெஞ்சத்தில் தைத்தது. அவள் கையெழுத்திட்டுக் கொடுத்த கம்ப்ளெய்ன்டின் விளைவுதானே இவ்வளவும்?

'அம்மா! கேள்வி கேட்டால் பதில் சொல்ல வேண்டாமா?' என்று நாஸுக்காய்ச் சொன்னார் பிராசிகியூடிங் இன்ஸ்பெக்டர்,

பிறகு அவள் ஏதோ சாட்சியம் கொடுத்து முடித்தாள். அதைக்கொண்டு நாராயணனுக்கு ஒன்றும் மோசம் வரக் கூடியதல்ல. ஆனால் நாராயணனும் நகையுமாய் பார்த்ததாக இதர சாட்சிகள் சொன்னால் மாஜிஸ்ட்ரேட் என்ன செய்யக்கூடும்? செட்டியார் பணம் அந்த சாட்சிகளுக்குப் போன விஷயம் மாஜிஸ்ட்ரேட் எப்படி அறியக்கூடும்?

நாராயணன் மீது குற்றச்சாட்டுப் படிக்கப்பட்டது. தான் குற்றவாளியல்ல என்று வாதித்தான்.

பத்து தினக்களுக்குப் பிறகு அவன் தரப்பிலும் சாட்சிகள் விசாரிக்கப்பட்டன. லாபம்? மகனுக்கு மூன்று மாதம் தண்டனை விதிக்கப்பட்ட விஷயத்தை அறிந்த தந்தை ஜாமீனுடன் கோர்ட்டுக்குச் சென்றார். நாராயணன் சொன்னான். இனி ஒன்றும் தேவையில்லை. கர்மத்தின் பலனை ஏற்றுக்கொண்டு விட்டால் ஞானமேனும் உதிக்கும். அப்பீல் பேச்சைத் தள்ளுங்கள்.'

'போடா மடையா ! கர்மமாம் புடலங்காயாம் ! அப்பீல் கொடுத்து விட்டுத்தான் மறுகாரியம்.'

6

ஜாயிண்டு மாஜிஸ்ட்ரேட் அப்பீலைக் கேட்டுக் கொண்டிருந்தார். கச்சேரி வெளியே வராந்தாவில் ஏதோ ஆட்சேபணை சமாதானம். பிறகு கவலை தோய்ந்த முகத்தோடு கூடிய அழகி ஒருத்தி உள்ளே நுழைந்தாள் . ஒரு நிமிஷம் அங்குமிங்கும் பார்த்தாள். ஜாயிண்டு மாஜிஸ்ட்ரேட் பாட்டுக்கு உட்கார்ந்திருந்தார். நாராயணன் தன்னுடைய வக்கீலுக்குப் பின்னால் கனவில் சிரிப்பவனைப் போல் உட்கார்ந்திருந்தான். பெண் நுழைந்ததும் வக்கீல் பேச்சை நிறுத்திவிட்டார்.

அந்த நிசப்ததத்தில் கேட்டது' பழய குயிலின் குரல். ஆற்றங்கரைக்கு அப்பாலிருந்து. 'க்காவு! க்காவு !' காதல் தீப்பிடித்து தணிய ஏங்கும் பிரிவினையின் குரல்! அவள் காதிலும் அக்குரல் விழுந்தது. தன் கையிலிருந்த மனுவை மாஜிஸ்ட்ரேட்டிடம் துணிவுடன் நீட்டினாள்.

ஜாயிண்டு மாஜிஸ்ட்ரேட் அதை வாங்கி பன்முறை படித்தார். அம்மனு அவரைக் கலங்க அடித்துவிட்டது. கலவரமடைந்த காதலி ஒருவள் தன் செய்கையின் பிசகை உணர்ந்து அதன் விளைவை மட்டும் இப்பொழுது தடுக்கப் பார்க்கிறாள். இது கலை உலகிலும் நீதி தர்மத்திலும் ஏற்கக்கூடியது, அழகியது. ஆனால் சட்டத்தில் இதற்கு இடமுண்டா? சட்டம் கவனிப்பது செய்கையை; உணர்ச்சிக்குக் கெளரவம் ஏது ? இருந்தாலும் சட்டத்தை அமுலுக்குக் கொண்டுவருவோர் மனிதர் தானே? இரக்க மேலீட்டில் இரண்டொரு வார்த்தை யேனும் சொல்லுவது அவருடைய கடமையென்று நினைத்தார்.

அம்மா ! ரொம்ப அனுதாபப்படுகிறேனென்று சொல்வதைத் தவிர நான் செய்யக்கூடியதொன்றும் காணோம். நாம் சட்டத்திற்கு அடிமைகள்; குற்றவாளியை இப்படியே விட்டுவிடுவது என்பது சட்டமறியாத விஷயம்.'

நாராயணனை மீட்க வந்த மீனலோசனியின் மனக் கோட்டை இவ்விதம் இடிந்து வீழ்ந்ததும் கனவில் நடப்பவளைப் போல் வீடு திரும்பினாள்.

7

அன்று முன்னிரவிலேயே அவள் படுக்கைக்குச் சென்று விட்டாள். ஜன்னலின் மஸ்லின் துணியை விட்டு வெளியே பார்த்தாள். வானத்து இருள் பெருக்கில் நக்ஷத்திரங்கள் தத்தளித்துக் கொண்டிருந்தன .

சிற்சில சமயம், மனவேதனையில் வாய் தானே முணு முணுக்க ஆரம்பித்துவிடும். அவள் பேசிக்கொண்டிருந்தாள். 'என் இன்பத்திற்கு நானே நமனாகி இருக்க வேண்டியதில்லை...செட்டியார் முழுவதும், அம்மா ஓரளவும் கம்ப்ளெய்ன்ட் கொடுக்கும் எல்லைக்கு என் மனத்தை தூண்டிவிட்டனர். இனி? நாணுவைப் பற்றி கண்ணீரும் கனவும் தான் மிச்சம். நான் செய்ததை அழிக்க எனக்கு சுதந்திரமில்லையாம், 'மாஜிஸ்ட்ரேட் சொல்லுகிறார். நாம் எல்லாம் சட்டத்தின் அடிமைகளாம். ரொம்ப பேஷ் ! மீனலோசனி......'

நேரம் கழிந்தது. நகரம் முழுவதும் தூக்கத்தின் திரைக்குள் மறைந்தது, வண்டி காடிகளின் ஓசை எட்டாக்கையில் தேய்ந்தன. ஆனால் அவளுக்கு மட்டும் தூக்கம் வரவில்லை. இரவின் அற்புதங்கள் அவள் புலன்கள் மீது வந்து மோதின. எங்கோ இருந்து திகிலடைந்த ஒரு குருவியின் குரல், அல்லது இருளைப் பெருக்கித்தள்ள முயலுவது போன்ற தென்னையின் தலையசைப்பு, அல்லது விலங்கிட்ட முரட்டுக் கைதி ஒருவன் கலாட்டா செய்வது போல் மணிக்கொருமுறை எழுந்து ஓடுங்கும். தாஸின் ஓசை......நேரம் தொலையாதா?

வெள்ளி முளைத்து. தாரகைக் கூட்டம் சவம் போல் வெளுத்த வேளையில் தூக்கம் அவளை வந்து கவ்வியது.

சூரியன் மரக்கிளைகளுக்கு மேலே வந்த பிறகுதான் அவள் விழுத்தெழுந்தாள். ஒன்றிலும் பற்றில்லை. காபியை மாடியிலேயே வரவைழத்துச் சாப்பிட்டாள். 'தூ! என்ன கசப்பு! என்ன கசப்பு!'

'அப்படியா' என்று கேட்டுக் கொண்டே வந்தான் நாராயணன். ஜாயிண்டு மாஜிஸ்ரேட் அவனுக்குச் சாதகமாகத் தீர்ப்புச் சொல்லி விட்ட நிமிஷம் கால்கள் இங்கு இழுத்து வந்தன.

'நாணு!..... நல்ல வேளை! நாணு!' என்று சொல்லிக் கொண்டே பாய்ந்து போய் அவனை இறுகக் கட்டிக் கொண்டாள்.

அந்த அணைப்பிலிருந்து நாராயணன் மெதுவாக விடுவித்துக் கொண்டான். அந்தச் செய்கையில் அவளுக்கு விகற்பம் தோன்றவில்லை. ஆர்வம் மிஞ்சிவிட்டதென்று அவன் ரஸிகத் தன்மையோடு தெரிவிப்பதாக நினைத்தாள். ஆனால் அடுத்தாற் போல் 'நான் திருடினேன் - மறுக்கவில்லை. காதல் அது இது என்று கொஞ்சிச் சொன்னவளுக்கு என்னால் ஒரு நகை நஷ்டமானால் என்ன மூழ்கிவிடும்!' என்று கேட்ட பொழுதுதான் அவன் செய்கை வெறுப்பின் விளைவு என்று அறிந்தாள்.

'நாணு? சத்தியமாகத் சொல்லுகிறேன்-நீ எடுத்திருக்க மாட்டாய்,தெரியும்.'

“கேள். ஒரு வார்த்தை; அன்பின் மீது பாரத்தைப் போட்டு அதை எடுத்தேன், ஒரு முடையை அடைக்க வேண்டி. நீ என்னை திருடனாக்கி விட்டாய். போகட்டும் இப்பொழுதாவது என் செய்கையின் தன்மையை அறிவாயல்லவா?- இதோ திருடன் நகையைத் திருப்பித் தருகிறான் பார்- இந்தா.'

மீனலோசனி முன்னே நகர்ந்தாள். நீட்டிய நகையை வாங்கிக்கொள்ளவல்ல; அவன் காலில் விழுந்து மன்னிப்பு கேட்க.

'நாணு ! நாணு! நானாகக் குற்றம் சாட்டவில்லை. கிழவி சொன்னாள்-- அவள் கூட இல்லை. செட்டியார் ஐயா நிச்சயமாய்ச் சொன்னார்- எனக்கு மூளை குழம்பிப் போச்சு...'

'செட்டியார் ஐயா' என்ற பேச்சைக் கேட்ட நாராயணன் பித்தனைப் போலானான்.

'ஹ ஹ ஹா ! செட்டியார் ஐயாவா?-சபாஷ் உன்னை விலைகொடுத்து ஒரு எஜமானர் வாங்கியிருக் கிறாரா?'

(நகையை அவளிடம் எறிந்துவிட்டு) வெட்கக்கேடு அன்பைத் தேடி இவ்விடம் வந்தேன். யாரோ செட்டியார் குறுக்கிடுகிறார். எஜமான் காதலனை ஒழிக்கப் பார்த்த கதை -நீ ஒரு கைதேர்ந்த தொழிலாளி...

'நாணு! நாணு! இப்படியெல்லாம் பேசாதே - சத்தியமாய்ப் பஞ்சபூத சாட்சியாய் சொல்லுகிறேன்- ஆசை ஒன் மேலே; ஆத்மா ஒன்மேலே- உடம்பைத் தள்ளு - அறு குலதர்மத்துக்குக் கட்டுப்பட்டது. நாணு!'

மீனலோசனி விம்மி அழுதுகொண்டே நெடுஞ்சாங் கிடையாக அவன் காலில் விழுந்தாள்.

'அம்மா! எனக்கு வேதாந்தம் தெரியாது. இங்கே செட்டியாரே அமுல் நடத்தட்டும். நமஸ்காரம் தாஸியம்மா.'

மறுவினாடி அவனைக் காணோம்; அவன் பேச்சு மட்டும் கோவில் மணிகளைப் போல் அவள் காதில் ஒலித்துக் கொண்டிருந்தன.

அன்றிரவே நாராயணனும் அவனுடைய தகப்பனாரும் ஊரைவிட்டு பட்டிணத்திற்குக் கிளம்பிய விஷயம் யாருக்கும் தெரியாது.

பட்டிணமடைந்த மூன்றாம் நாள் மாலை கடற்கரை யோரத்தில் நாராயணன் தன் நண்பன் ஒருவனோடு காற்று

வாங்கிக் கொண்டிருந்தான். கடல் எப்போதும் போல் ஓலமிட்டுக் கொண்டிருந்தது.

'தினமணிப் பேப்பர் அரையணா!'

நண்பன் ஒரு இதழை வாங்கி மௌனமாய்ப் புரட்டிக் கொண்டிருந்தான். நாராயணனுடைய பார்வையும், நெஞ்சமும் வானமும் கடலும் முத்தமிடும் ரேகையைத் தாண்டிச் சென்றிருந்தது. 'நாணு உங்களூர் விஷயம், கேள்' என்றதும் நாராயணன் காரணமின்றி திடுக்கிட்டுப் போனான்.

...நீ எங்கிருந்தாலும் (சரி. உன் பேச்சு என்னைத் தின்று விட்டது. ஆசையென்பது உடலைப் பொறுத்த தல்ல என்ற தத்துவம் உனக்கும் உன்னைப் போன்றவர்க்கும் புரியாது. நான் உன்னை எள்ளளவும் ஏமாற்றவில்லை. காசுக்காக அவனிடம் வேஷம் போட்டேன். அது என் ஜாதி தர்மம்; வேறு பிழைக்க வழி; ஐந்து அறிவையும் ஆத்மாவையும் உனக்குக் காணிக்கையாக்கி இருந்தேன். நீ அவற்றை மதிக்கவில்லை. இனி மதிக்க வேண்டிவரும். உனக்கில்லாமல் நான் வேறு யாருக்காக வாழவேண்டும்?...

இக்கடிதம் நேற்று காவேரியும் அரசலாறும் பிரியும் கலுங்கில் சிக்கிய ஒரு சவத்தின் புடவைத் தலைப்பில் இருந்தது. ஆற்றில் விழுந்த அழகி தாஸி வகுப்பைச் சேர்ந்த யுவதியென்று, தெரிகிறது. ஊரெங்கிலும் இதே பேச்சா யிருக்கிறது.

'பாவம்' என்றான் நண்பன்.

நாராயணன் மூச்சுவிடவில்லை.

வானமும் கடலும் தழுவும் திக்கை நோக்கிப் பெருமூச்செறிந்தான்.

முற்றும்.

★★★

www.ingramcontent.com/pod-product-compliance
Lightning Source LLC
LaVergne TN
LVHW051013051026
849532LV00004BA/1200
* 9 7 8 8 1 6 8 5 1 1 2 2 4 *